துஷ்யந்தன் சகுந்தலை

(மகாபாரத சம்ஸ்கிருத மூலத்திலிருந்து
முழுவதுமாகத் தமிழில்!)

செ.அருட்செல்வப்பேரரசன்

துஷ்யந்தன் சகுந்தலை
செ.அருட்செல்வப்பேரரசன் ©

சுவாசம் பதிப்பகம்

Dhushyantan Shakuntalai
by S. Arul Selva Perarasan ©

First edition: April 2023
ISBN: 978-93-95272-57-5

Title Number: Swasam : 068

Wrapper credit: Wikimedia

Published by:
Swasam Publications Private Limited,
52/2, Near B.S Mahal, Ponmar,
Chennai, Tamil Nadu – 600127
Email: swasam.publications@gmail.com

Printed by: Adyar Students Xerox, Chennai - 600 002.

To buy the book: Swasam Bookart - +91-8148066645
Website: https://www.swasambookart.com/

Copyright © Swasam Pathippagam - All rights reserved.

No part of this publication may be reproduced, distributed, or transmitted in any form or by any means, including photocopying, recording, or any other electronic or mechanical methods, without prior written permission of the publisher, except in the case of brief quotations embodied in reviews and certain other non-commercial uses permitted by copyright law.

Swasam Pathippagam is an imprint of Swasam Publications Private Limited.

உள்ளே...

முன்னுரை	/ 05
கதைச்சுருக்கம்	/ 07
துஷ்யந்தனின் ஆட்சிச் சிறப்பு!	/ 09
துஷ்யந்தன் வேட்டை!	/ 12
ஆசிரமத்திற்குள் நுழைந்த துஷ்யந்தன்!	/ 16
மேனகையின் ஆயத்தம்!	/ 24
விஷ்வாமித்திரரும் மேனகையும்!	/ 30
சகுந்தலையை மயக்கிய துஷ்யந்தன்!	/ 34
மாமன்னன் பரதனின் பிறப்பும் வளர்ச்சியும்!!	/ 42
சகுந்தலையை துஷ்யந்தனிடம் அனுப்பிய கண்வர்	/ 46
துஷ்யந்தனின் நகருக்குள் நுழைந்த சகுந்தலை	/ 51
துஷ்யந்தனைக் கடிந்துகொண்ட சகுந்தலை	/ 53
துஷ்யந்தன் கேட்ட கேள்வியும் சகுந்தலையின் கண்டிப்பும்!!	/ 61
பரதனை ஏற்றுக்கொண்ட துஷ்யந்தன்	/ 68

முன்னுரை

கௌரவர்கள் மற்றும் பாண்டவர்களின் மூதாதையரான துஷ்யந்தன் ஹஸ்தினாபுரத்தை ஆண்ட ஒரு மன்னனாவான். 'தீமையை அழிப்பவன்' என்பதே அவனது பெயரின் பொருளாகும். அவன் இலிலன் மற்றும் ரதந்தரி ஆகியோருக்குப் பிறந்த மகனாவான்.

மஹாபாரதத்தின் கிளைக்கதைகளில் ஒன்றாக வரும் இவனது கதையில், இயற்கை வர்ணனையும், மனைவி மற்றும் மகனைக் குறித்த நீதிகளும், விருந்தினரை உபசரிக்கும் முறைகளும், திருமணத்தின் வகைகளும் சிறப்புடன் சொல்லப்படுகின்றன. இக்கதையிலேயே

விஷ்வாமித்திரர் மற்றும் மேனகையின் கதையும் சொல்லப் படுகிறது.

மஹாபாரத மூலக்கதையில், துஷ்யந்தன் சகுந்தலையைச் சந்திக்கிறான்; அவளைக் காந்தர்வ முறைப்படி திருமணம் செய்துகொள்கிறான்; தன் நாடு திரும்புகிறான்; பிறகு அவளை மறந்துவிடுகிறான். சகுந்தலை ஒரு மகனை ஈன்றெடுத்து துஷ்யந்தனையே நினைத்துக் காத்திருக்கிறாள். பனிரெண்டு வருடங்கள் கழித்து சகுந்தலை மன்னனைச் சந்திக்கிறாள். துஷ்யந்தன் சகுந்தலையை ஏற்க மறுக்கிறான். பிறகு ஏற்றுக்கொள்கிறான்.

காளிதாசனின் சாகுந்தலம் போன்ற பல படைப்புகள், இந்த துஷ்யந்தன் சகுந்தலை கதையை வைத்து எழுதப் பட்டிருக்கின்றன. அவற்றில் துஷ்யந்தன் சகுந்தலையை ஏன் மறந்தான் என்பதற்கான காரணங்கள் கற்பிக்கப்படுகின்றன. துஷ்யந்தனின் நினைவில் இருந்த சகுந்தலை, தன் ஆசிர வாசலில் காத்திருந்த துர்வாசரைக் கவனிக்கவில்லை என்றும், அதனால் துஷ்யந்தன் சகுந்தலையை மறந்துபோகட்டும் என்று துர்வாசர் சபித்தார் என்றும் சொல்லப்படுகின்றன.

இந்தப் புத்தகத்தில், கிசாரி மோகன் கங்குலியின் மகாபாரதப் பதிப்பில் வரும் 'துஷ்யந்தன் சகுந்தலை' கதையே சொல்லப் படுகிறது. சிற்சில தேவையான இடங்களில் மட்டும் வேறு சில நம்பகமான பதிப்புகளிலிருந்து சம்பவங்கள் சேர்க்கப் பட்டிருக்கின்றன.

இந்தப் பரந்த பாரத நாட்டின் பெயருக்குக் காரணமான பரதனின் பெற்றோரான துஷ்யந்தன் மற்றும் சகுந்தலையின் கதையை, மஹாபாரத மூலத்தில் உள்ளவாறே அறிவோம் வாருங்கள்.

அன்புடன்
செ.அருட்செல்வப்பேரரசன்
திருவொற்றியூர்

கதைச்சுருக்கம்

பௌரவக் குலத்தை நிறுவிய துஷ்யந்தன்; துஷ்யந்தனின் ஆட்சிச் சிறப்பு; காட்டுக்கு வேட்டையாடப் படைகளுடன் சென்ற துஷ்யந்தன்; விலங்குகளை வேட்டை யாடி அவற்றை அச்சுறுத்தியது; வேறு காட்டுக்கு வேட்டையாடச் சென்ற துஷ்யந்தன்; அந்தக் கானகத்தின் அழகு; பசியும் தாகமும் அடைந்த துஷ்யந்தன்; காட்டுக்குள் ஓர் ஆசிரமத்தைக் காண்பது; கண்வரின் ஆசிரமத்தில் முனிவர்களையும் துறவிகளையும் கண்ட துஷ்யந்தன்; சகுந்தலையைக் கண்ட துஷ்யந்தன்; தன் பிறப்பு முதலிய வரலாற்றைச் சொன்ன சகுந்தலை; மேனகைக்கும், இந்திரனுக்கும் இடையில்

நடந்த உரையாடல்; விஷ்வாமித்திரரை மயக்கிய மேனகை; மேனகை பெற்றெடுத்த மகள்; சகுந்தலையைக் கண்ட கண்வர்; சகுந்தலையின் பெயர்க்காரணம்; துஷ்யந்தனிடம் தன் கதையைச் சொல்லிமுடித்த சகுந்தலை; எட்டு வகைத் திருமணங்கள் குறித்துச் சொன்ன துஷ்யந்தன்; துஷ்யந்தனிடம் வரம் கேட்ட சகுந்தலை; துஷ்யந்தன் சகுந்தலை திருமணம்; கண்வரிடம் நடந்ததைச் சொன்ன சகுந்தலை; சகுந்தலையைப் பாதுகாத்த கண்வர்; ஆண் மகவைப் பெற்றெடுத்த சகுந்தலை; குழந்தையின் அழகு மற்றும் ஆற்றல்; கண்வர் ஆசிரம முனிவர்கள் அவனுக்குச் சர்வதமனன் என்ற பெயர்ச்சூட்டல்; துஷ்யந்தனிடம் சகுந்தலையை அனுப்பிவைத்த கண்வர்; சகுந்தலையை நிந்தித்த துஷ்யந்தன்; துஷ்யந்தனிடம் காட்டமாகப் பேசிய சகுந்தலை; மனைவி மற்றும் மகனின் பெருமை குறித்து விவரித்த சகுந்தலை; பரதன் என்ற பெயரைப் பெற்ற சர்வதமனன்; பரதனின் ஆற்றலும் மேன்மையும்.

துஷ்யந்தனின் ஆட்சிச் சிறப்பு!

பெரும் சக்தியைக் கொடையாகக் கொண்ட துஷ்யந்தன்[1] பௌரவக் குலத்தை நிறுவியவன் ஆவான். நான்கு கடல்களால் சூழப்பட்ட பூமியின் பாதுகாவலனாக அவனே இருந்தான்.

இந்த உலகின் நாற்காற்பகுதிகள் முழுமையும் அவனது ஆளுகையிலேயே இருந்தன. நடுக்கடலில் இருந்த பல்வேறு மண்டலங்களுக்கும் அவனே தலைவனாக இருந்தான். எதிரிகளை ஒடுக்குபவனான அந்த துஷ்யந்தன், நால்வகைமனிதர்களால் நிறைந்தவையும்,

---

[1] ஆங்கிலத்தில் துஷ்மந்தன் Dushmanta என்றிருக்கிறது.

கடலால் சூழப்பட்டவையும், ரத்தினங்களின் சுரங்கமாவும் இருந்த மிலேச்ச நாடுகளின் மேலும் தன் ஆதிக்கத்தைக் கொண்டிருந்தான்.

அவனுடைய ஆட்சிக்காலத்தில் மனிதர்களில் வர்ண ஒழுங்கை மீறியவர்களோ, மண்ணை உழுபவர்களோ, சுரங்கத் தொழிலாளர்களோ, பாவம் நிறைந்த மனிதர்களோ எவரும் இல்லை.[2] அவர்கள் அனைவரும் அறம்சார்ந்தோராகவும் அறநோக்கங்களைக் கொண்டவர்களுமாகவே இருந்தனர்.

அங்கே கள்வர்கள் குறித்த அச்சமேதும் இல்லை, பஞ்சம் குறித்த அச்சமேதும் இல்லை, நோய் குறித்த அச்சமேதும் இல்லை. தங்கள் தங்களுக்குரிய கடமைகளைச் செய்வதில் இன்புற்ற நால்வகை மனிதர்களும் ஆசைகளின் பலனை அடைவதற்காக அறச் செயல்களைச் செய்வதில்லை.

துஷ்யந்தனைச் சார்ந்திருந்த அவனது குடிமக்கள் எந்த அச்சத்தையும் கொண்டிருக்கவில்லை. பரஜன்யனான இந்திரன் சரியான காலத்தில் மழையைப் பொழிந்ததால், நிலத்தில் விளைந்ததனைத்திலும் நீர்ச்சத்தும் பருப்பும் நிறைந்திருந்தன.

பூமியில் அனைத்து வகைச் செல்வங்களும், அனைத்து வகை விலங்குகளும் நிறைந்திருந்தன. பிராமணர்கள் எப்போதும் தங்கள் கடமைகளில் ஈடுபடுபவர்களாக, எப்போதும் உண்மை பேசுபவர்களாக இருந்தனர்.

இளமை நிறைந்த ஏகாதிபதியான அந்த துஷ்யந்தன், அற்புதமான ஆற்றலையும், காடுகள் மற்றும் புதர்களோடு கூடிய மந்தர மலையை எடுத்துத் தன் கரங்களில் தாங்கிக்கொள்ளும் அளவுக்கு வஜ்ரத்தைப் போன்ற கடினமான உடலையும் கொண்டிருந்தான். கதாயுதத்தைக் கொண்டு போரிடும் நான்கு முறைகளிலும் அவன் மிகுந்த திறம் பெற்றவனாக இருந்தான். மேலும் அவன், அனைத்து வகை ஆயுதங்களைப் பயன்படுத்துவதிலும்,

---

[2] மண்ணை உழுவதனாலோ சுரங்கம்—கிணறு எனத் தோண்டுவதாலோ மண்ணைத் துன்புறுத்தாமல், தானாய் விளைந்த தானியங்கள், காய்கனிகள், தாமாய் வெளிப்படும் இரத்தினங்கள் மற்றும் உலோகங்களை மட்டுமே உபயோகித்த மக்கள் வாழ்ந்தனர் என்று கொள்ளலாம்.

யானைகள் மற்றும் குதிரைகளைச் செலுத்துவதிலும் திறமை பெற்றவனாக இருந்தான்.

பலத்தில் விஷ்ணுவைப் போன்றவனாகவும், பிரகாசத்தில் பகலை உண்டாக்கும் சூரியனைப் போன்றவனாகவும், ஈர்ப்புசக்தியில் கடலைப் போன்றவனாகவும், பொறுமையில் பூமியைப் போன்றவனாகவும் இருந்தான். மேலும் தன் குடிமக்கள் அனைவராலும் பெரிதும் நேசிக்கப்பட்ட ஏகாதிபதியான அந்த துஷ்யந்தன், நிறைவுடன் கூடிய தன் மக்களை அறம்சார்ந்து ஆண்டுவந்தான்.

துஷ்யந்தன் வேட்டை!

வலிமைமிக்க கரங்களைக் கொண்டவனான அந்த துஷ்யந்தன், ஒருநாள், தனது பெரும் படையின் துணையுடன் காட்டுக்குள் சென்றான். அவன் தன்னுடன் நூற்றுக்கணக்கான குதிரைகளையும் யானைகளையும் கூட்டிச் சென்றான். துஷ்யந்தனுடன் சென்ற படைகள் நான்கு வகையானவை யாக இருந்தன.

வீரர்கள் வாள்கள், ஈட்டிகள் தரித்தவர் களாகவும்,தங்கள் கரங்களில் கதாயுதங்கள் மற்றும் தடித்த தண்டங்களைக் கொண்டவர்களுமாகவும் இருந்தனர். வேல்கள், பராசங்கள் ஆகியவற்றைத்

தங்கள் கரங்களில் கொண்ட நூற்றுக்கணக்கான வீரர்கள் சூழ துஷ்யந்தன் தன் பயணத்தைத் தொடங்கினான்.

மன்னன் தன் அணிவகுப்பில் சென்றபோது, வீரர்களின் சிங்க முழக்கங்கள், சங்குகள் மற்றும் துந்துபி ஒலியின் இசை, தேர்ச்சக்கரங்களின் சடசடப்பொலி, பெரும் யானைகளின் பிளிறல்கள், குதிரைகளின் கனைப்பொலிகள் மற்றும் பல்வேறு ஆடைகளில் இருந்த பணியாட்கள் தாங்கி வந்த பல்வேறு ஆயுதங்களின் உரசலொலிகள் ஆகியவற்றுடன் கலந்து அங்கே காதைப் பிளக்கும் ஒலி எழுந்தது.

பெரும் அழகைக் கொடையாகக் கொண்ட மங்கையர், அழகிய மாளிகைகளின் மாடிகளில் நின்றபடியே வீரனும், புகழை அடைந்த ஏகாதிபதியுமான துஷ்யந்தனைக் கண்டனர். எதிரிகளை அழிப்பவனும், எதிரிகளின் யானைகளை விரட்டும் திறன் கொண்டவனுமான அந்த துஷ்யந்தனை, இந்திரனைப் போலக் கண்ட அம்மங்கையர், அவனே வஜ்ரதாரியான இந்திரன் என நம்பவும் செய்தனர். அவர்கள், "இந்த மனிதர்களில் புலி, போரில் வசுக்களுக்கு இணையான ஆற்றலைக் கொண்டவராக, தம் கரங்களுடைய வலிமையின் விளைவால் எஞ்சி நிற்கும் எந்த எதிரியுமற்றவராகவும் இருக்கிறார்" என்றனர். இதைச் சொன்ன அந்த மங்கையர் அன்பினால் அந்த ஏகாதிபதியின் தலையின் மீது மலர்களைப் பொழிந்து அவனை மனநிறைவு கொள்ளச்செய்தனர்.

ஆசிகளைச் சொல்லும் பிராமணர்களில் முதன்மையானோரால் வழியெங்கும் பின்தொடரப்பட்ட மன்னன் துஷ்யந்தன், மான்களைக் கொல்லும் ஆவலுடனும், இதயத்தில் பெருமகிழ்ச்சியுடனும் காட்டை நோக்கிச் சென்றான். மதங்கொண்ட யானையின் முதுகில் அமர்ந்து, தேவர்களின் மன்னனான இந்திரனைப் போலத் தெரிந்த அவனைப் பிராமணர்கள், க்ஷத்திரியர்கள், வைசியர்கள் மற்றும் சூத்திரர்கள் ஆகியோரில் பலர் பின்தொடர்ந்து சென்றனர். குடிமக்களும் பிற வகையைச் சார்ந்தவர்களும் அந்த ஏகாதிபதியைச் சிறிது தூரத்திற்குப் பின்தொடர்ந்து சென்றனர். இறுதியாக, அவர்கள் மன்னனின் உத்தரவால் மேலும் பின்தொடர்ந்து செல்லாமல் நின்றனர்.

காற்றின் வேகத்தைக் கொண்ட தன் தேரில் ஏறிய அந்த மன்னன், தனது தேர்ச்சக்கரத்தின் சடசடப்பொலியால் பூமி முழுவதையும், ஏன் சொர்க்கத்தையும் கூட நிறைத்தான். அப்படி அவன் செல்கையில், தன்னைச் சுற்றிலும் நந்தனத்தைப் போன்ற ஒரு காட்டைக் கண்டான். அந்தக் காடு வில்வம், எருக்கு, கருங்காலி, விளா மற்றும் வெள்வேல மரங்கள் நிறைந்ததாக இருந்தது. மேலும் அங்கு மண் சமமற்றதாக இருப்பதையும், அருகில் உள்ள மலைகளில் இருந்து தளர்ந்து விழுந்த பாறைகள் சிதறிக் கிடப்பதையும் துஷ்யந்தன் கண்டான். நீரற்று, மனிதர்களற்று இருந்த அந்நிலம், பல யோஜனைகள் தொலைவிற்குப் பரந்துகிடப்பதையும் கண்டான். அந்தக் காடு, மான்கள், சிங்கங்கள், இரைதேடும் விலங்குகள் பலவற்றால் நிறைந்திருந்தது.

மனிதர்களில் புலியான மன்னன் துஷ்யந்தன், தன் அணிவகுப்பில் இருந்த போர்வீரர்கள் மற்றும் பணியாட்கள் உதவியோடு, எண்ணற்ற விலங்குகளைக் கொன்று அந்தக் காட்டையே கலங்கடித்தான். அடிக்கும் தொலைவில் இருந்த எண்ணற்ற புலிகளைத் தனது கணைகளால் வீழ்த்தினான். மேலும் அந்த மன்னன், வெகு தொலைவில் இருந்த விலங்குகளைக் கணைகளால் காயப்படுத்தி, மிக அருகில் இருந்த விலங்குகளைத் தன் கனமான வாளால் கொன்றான்.

ஈட்டி தரித்தவர்கள் அனைவரிலும் முதன்மையான அவன், தன் ஈட்டிகளை ஏவி அவற்றில் பலவற்றைக் கொன்றான். கதாயுதம் சுழற்றும் கலையை நன்கறிந்தவனும், அளவிலா ஆற்றலைக் கொண்டவனுமான அம்மன்னன் துஷ்யந்தன், அந்தக் கானகத்தில் இவ்வாறே அச்சமில்லாமல் திரிந்தான். சில நேரங்களில் தன் வாளையும், சில நேரங்களில் தன் கதாயுதம் மற்றும் கனமான தண்டம் ஆகிவற்றையும் வேகமாக இறக்கி அங்கிருந்த வனவிலங்குகளைக் கொன்றான்.

அற்புதமான சக்திகொண்ட அந்த மன்னனாலும், போர் விளையாட்டுகளில் மகிழ்பவர்களாக அவனது அணிவகுப்பில் இருந்தவர்களுமான வீரர்களாலும் அந்தக் காடு இப்படிக் கலக்கப்பட்ட போது, பெரும்

எண்ணிக்கையிலான சிங்கங்கள் அங்கிருந்து ஓடத் தொடங்கின. தலைமை விலங்குகளை இழந்த அந்த விலங்குக் கூட்டங்கள், அச்சத்தாலும் கவலையாலும் கதறிக்கொண்டே அனைத்துத் திசைகளிலும் சிதறி ஓடத் தொடங்கின.

ஓடியதால் களைப்புற்ற அவை, முற்றிலும் காய்ந்து போயிருந்த ஆற்றுப் படுகைகளை அடைந்து, தங்கள் தாகத்தைத் தணித்துக்கொள்ள முடியாமல் அனைத்துப் பக்கங்களிலும் கீழே விழ ஆரம்பித்தன. அப்படி விழுந்த சில விலங்குகள் பசித்திருந்த வீரர்களால் உண்ணப்பட்டன. அதே வேளையில் பிற விலங்குகள், முகாம்களுக்குக் கொண்டு செல்லப்பட்டு, நெருப்புக் கொளுத்தி சுடப்பட்ட பிறகு அவ்வீரர்களால் உண்ணப்பட்டன.

வலுவான யானைகள் பல, தாங்கள் அடைந்த காயங்களால் பித்தடைந்து, மிதமிஞ்சிய அச்சத்தை அடைந்து, துதிக்கைகளை உயர்த்தியபடியே தப்பி ஓடின. அந்தக் காட்டு யானைகள் சிறுநீர் கழித்தும், தங்கள் வயிற்றின் உள்ளடக்கங்களை வெளியேற்றியும், பெரும் அளவிலான இரத்தத்தைக் கக்கியும் எச்சரிக்கையின் வழக்கமான அறிகுறிகளைக் காட்டி ஓடுகையில் வீரர்கள் பலரை மிதித்துக் கொன்றன. இவ்வாறாக, விலங்குகளால் நிறைந்திருந்த அந்தக் காடு, பணியாள் கூட்டத்துடன் கூடிய அந்த மன்னனின் கூரிய ஆயுதங்களால் விரைவில் சிங்கங்கள், புலிகள் மற்றும் காட்டின் ஏகாதிபதிகளான பிற விலங்குகளும் இல்லாமல் செய்யப்பட்டன.

ஆசிரமத்திற்குள் நுழைந்த துஷ்யந்தன்!

மன்னன் துஷ்யந்தன் தனது பணியாட்களுடன் சேர்ந்து ஆயிரக்கணக்கான விலங்குகளைக் கொன்றபிறகு, வேட்டையாடும் பொருட்டு மற்றொரு காட்டுக்குள் நுழைந்தான். பிறகு, அம்மன்னன் துஷ்யந்தன், பசியாலும் தாகத்தாலும் களைத்துப் போய், அந்தக் காட்டின் எல்லைப்பகுதியில் ஒரு பெரிய பாலைவனத்தை அடைந்தான்.

செடிகளற்ற அந்தச் சமவெளியைக் கடந்த மன்னன் துஷ்யந்தன், தவசிகளின் ஓய்வில்லங்கள் நிறைந்ததும், பார்ப்பதற்கு அழகானதும், இதயத்திற்கு மகிழ்ச்சியை அளிப்பதும், குளுமையானதும்,

இனிய தென்றலுடன் கூடியதுமான மற்றொரு காட்டை அடைந்தான்.

மலர்ந்த மலர்களால் மறைக்கப்பட்ட மரங்கள் நிறைந்ததும், மென்மையான பச்சைப்புற்கள் மிகையாக வளர்ந்தும், சுற்றிலும் பல யோஜனைகளுக்குப் பரந்து விரிந்த மண்ணுடன் கூடியதுமான அந்தக் காடு, பறவைகளின் இனிய இசையை எதிரொலித்துக் கொண்டிருந்தது.

ஆண்குயிலின் இசைகளையும், சுவர்க்கோழிகளின் கீச்சொலிகளையும் அக்காடு எதிரொலித்துக்கொண்டிருந்தது. தலைக்கு மேலே நிழற்பந்தல்களை அமைத்து, நெடிது வளர்ந்த கிளைகளுடன் கூடிய மகத்தான மரங்களால் அது நிறைந்திருந்தது. சுற்றிலும் இருந்த மலர்க்கொடிகளின் மேல் வண்டுகள் மொய்த்துக்கொண்டிருந்தன.

அங்கே அனைத்து இடங்களிலும் அழகிய தோப்புகள் இருந்தன. கனிகளற்றதாகவோ, முட்களுள்ளதாகவோ, சுற்றிலும் வண்டுகளேதும் மொய்க்காததாகவோ அங்கே எந்த மரமும் இல்லை. அந்த மொத்தக் காடும், இறகுகளுடன் கூடிய பாடகர்களான பறவைகளின் மெல்லிசையை எதிரொலித்துக் கொண்டிருந்தது.

அனைத்துப் பருவங்களுக்குரிய மலர்களால் அத்தோப்புகள் அலங்கரிக்கப்பட்டிருந்தன. மலர்ந்திருந்த மரங்களின் புத்துணர்ச்சிதரும் நிழல்கள் அங்கே இருந்தன. பெரும் வில்லாளியான துஷ்யந்தன் நுழைந்த அந்தக் காடானது, இப்படியே இனிமையாகவும் அற்புதமாகவும் இருந்தது.

பூங்கொத்துகளால் அழகூட்டப்பட்ட கிளைகளுடன் கூடிய மரங்கள், மென்மையான தென்றலில் அசையத் தொடங்கி, அந்த ஏகாதிபதியின் தலையில் தங்கள் மலர்களைப் பொழிந்தன. வண்ணமயமான பூக்களை ஆடையாகக் கொண்டிருந்தவையும், இனிய குரலில் பாடும் பறவைகள் அமர்ந்திருந்த நுனிகளைக் கொண்டவையுமான மரங்கள், விண்ணை முட்டும் வண்ணம் உயர்ந்து, தேவலோகத்தையே தொட்டுக்கொண்டு நின்றன.

தேனில் ஆசை கொண்ட வண்டுகள், மலர்களின் கனத்தால் தொங்கிக் கொண்டிருக்கும் அம்மரங்களின் கிளைகளைச் சுற்றிலும் இனிய குரலுடன் ரீங்காரமிட்டபடி இருந்தன.

பெரும் சக்தியைக் கொண்டவனான மன்னன் துஷ்யந்தன், மலர்க்கொத்துகளால் அலங்கரிக்கப்பட்டவையும், கொடிகளின் நிழற்பந்தல்களால் மறைக்கப்பட்டவையுமான எண்ணற்ற இடங்களைக் கண்டு மிகுந்த மகிழ்ச்சியால் மந்திரத்தால் கட்டுண்டதைப் போல மயக்கத்துக்கு உள்ளானான்.

சுற்றிலும் இருந்த மரங்களின் மலர்நிறைந்த கிளைகள் ஒன்றோடொன்று பின்னிக்கொண்டு, வானவிற்களைப் போலப் பளபளப்புடன், பலவும் பல வண்ணங்களிலும் தெரிந்ததன் விளைவால் அக்கானகம் மிக அழகாக இருந்தது. சித்தர்கள், சாரணர்கள், கந்தர்வர்கள், அப்சரஸ்கள், குரங்குகள், மதுவுண்டு மகிழ்ச்சியில் திளைத்த கின்னரர் கூட்டங்களின் வசிப்பிடமாக அந்தக் கானகம் திகழ்ந்தது.

சுகமான, குளிர்ச்சியான, நறுமணமிக்கத் தென்றலானது, புதுமலர்களின் நறுமணத்தைப் பரப்பியபடியே, ஏதோ மரங்களுடன் தான் விளையாட வந்திருப்பதைப் போல, அனைத்துத் திசைகளிலும் வீசிக் கொண்டிருந்தது. இத்தகு அழகுகளைக் கொடையாகக் கொண்டதும், மயக்கம் தருவதுமான அந்தக் கானகத்தை மன்னன் துஷ்யந்தன் கண்டான்.

ஆற்றின் கழிமுகப் பகுதியில் அக்கானகம் இருந்தது. ஒன்றாக நின்ற நெடிய மரக்கூட்டங்கள், இந்திரனைக் கௌரவிப்பதற்காக நிறுவப்பட்ட அழகான இந்திரத்வஜங்களைப் போல அந்த இடத்திற்கு ஒரு தோற்றத்தையளித்தன. எப்போதும் மகிழ்ச்சிரமான பறவைகளின் வசிப்பிடமாக இருந்த அந்தக் காட்டில், இனிமையும், அழகும் கொண்டதும், துறவிகளின் ஓய்வில்லமுமான ஆசிரமம் ஒன்று இருப்பதை அந்த ஏகாதிபதி கண்டான்.

அந்த ஆசிரமத்தைச் சுற்றிப் பல மரங்களும் இருந்தன. அதனுள் வேள்வித்தீ எரிந்து கொண்டிருந்தது. அந்த ஒப்பற்ற ஓய்வில்லத்தை மன்னன் துஷ்யந்தன் வணங்கி வழிபட்டான். எண்ணற்ற யதிகள், வாலகில்யர்கள் மற்றும் பல முனிவர்களும் அதில் அமர்ந்திருப்பதை அவன் கண்டான். வேள்வி நெருப்புடன் கூடிய பல அறைகளால் அந்த ஆசிரமம் அலங்கரிக்கப்பட்டிருந்தது. மரங்களிலிருந்து

விழுந்த மலர்கள், அங்கே அடர்த்தியான தரைவிரிப்பை ஏற்படுத்தியிருந்தன.

பெரும் தண்டுகள் கொண்ட உயரமான மரங்களால் அந்த இடமே பெரும் அழகுடன் இருந்தது. புனிதமானதும், தெளிந்த நீர் கொண்டதும், நீர்வாழ் உயிரினங்கள் அனைத்தையும் தன் மார்பில் கொண்டதுமான மாலினி என்ற ஆறு அங்கே ஓடிக் கொண்டிருந்தது. தங்களைத் தூய்மைப்படுத்திக் கொள்வதற்காக அதனிடம் வரும் தவசிகளின் இதயங்களை அந்த நீரோடை மகிழ்ச்சியால் வியாபிக்கச் செய்தது. அதன் கரைகளில் மான்வகையிலான மாசற்ற விலங்குகள் பலவற்றை மன்னன் துஷ்யந்தன் கண்டு பெரும் மகிழ்ச்சியை அடைந்தான்.

எந்த எதிரியாலும் தடுக்கமுடியாத தேரைக் கொண்ட அந்த ஏகாதிபதி, தேவலோகம் போலச் சுற்றிலும் அழகாக இருந்த அந்த ஆசிரமத்திற்குள் நுழைந்தான். அந்த ஆசிரமம், அருகில் வசிக்கும் அனைத்து உயிரினங்களுக்கும் தாயைப் போல இருந்த அந்தப் புனித ஓடையின் கரையில் இருக்கிறது என்பதையும் மன்னன் துஷ்யந்தன் கண்டான். அதன் கரையில் சக்கரவாகப் பறவைகளும், பால் போன்ற வெண்மையான நுரைகளைக் கொண்ட அலைகளும் விளையாடிக்கொண்டிருந்தன.

அங்குக் கின்னரர்களின் வசிப்பிடங்களும் இருந்தன. பெரும் எண்ணிக்கையிலான குரங்குகளும், கரடிகளும் கூட அங்கே மகிழ்ச்சியாக விளையாடிக் கொண்டிருந்தன. கல்வியிலும் தியானத்திலும் ஈடுபடும் புனிதமான தவசிகளும் அங்கே வாழ்ந்து வந்தனர். யானைகளையும் புலிகளையும் பாம்புகளையும் கூட அங்கே காண முடிந்தது.

அந்த மாலினி ஆற்றின் கரையில்தான், பெரும் தவத்தகுதிகளைக் கொண்டதும், எண்ணற்ற முனிவர்களுக்கு வசிப்பிடமுமான சிறப்புமிக்கக் கசியபரின்[3] சிறந்த ஆசிரமம் இருந்தது.

---

[3] கசியப குலத்தவரின் என்று இருந்திருக்க வேண்டும். எப்படி பிருகு முனிவரின் வம்சத்தவர்கள் பார்கவர் என்ற பொதுப்பெயரால் அறியப்பட்டார்களோ, பரத்வாஜரின் வம்சத்தவர், பரத வம்சத்தவர், குரு வம்சத்தவர் என அனைவரும் பொதுப் பெயரால் அறியப்பட்டார்களோ அப்படியே இங்கே கசியப என்பது கசியப வம்சத்தவர் என்ற பொதுப்பெயராகவே உபயோகப்படுத்தப்பட்டுள்ளது.

அந்த ஆற்றையும், கங்கையின் நீரலைகள் மோதும் நர நாராயணர்களின் ஆசிரமத்தைப் போலவே பல தீவுகள் பதிக்கப்பட்டு பெரும் அழகுடன் கூடிய கரைகளைக் கொண்ட ஆற்றின் அலைகள் மோதும் ஆசிரமத்தையும் கண்ட மன்னன், அந்தப் புனிதமான வசிப்பிடத்திற்குள் நுழையத் தீர்மானித்தான். மேலும், அனைத்து நற்குணங்களையும் கொண்டவரும், தன் காந்தியின் காரணமாகக் காணக் கடினமானவரும், கசியப குலத்தைச் சேர்ந்தவரும், தவச்செல்வத்தைக் கொண்ட பெருமுனிவருமான சிறப்புமிக்கக் கண்வரைக் காண விரும்பிய துஷ்யந்தன், பித்துப்பிடித்து அகவும் மயில்களின் குரல்களை எதிரொலித்ததும், பெரும் கந்தர்வனான சித்ரரதனின் நந்தவனங்களைப் போன்றதுமான அந்தக் காட்டை அணுகினான்.

கொடிகள், குதிரைப்படை, காலாட்படை, யானைகள் ஆகியவற்றைக் கொண்ட தன் படையைக் கானகத்தின் நுழைவிலேயே நிறுத்திய அந்த ஏகாதிபதி, அவர்களிடம் பின்வருமாறு பேசினான், "கெடுகுணம் அற்றவரும், கசியப குலத்தைச் சேர்ந்தவருமான பெரும் தவசியுமான கண்வ முனிவரைக் காணச் செல்கிறேன். நான் திரும்பும் வரை இங்கேயே நிற்பீராக" என்றான்.

இந்திரனின் நந்தவனத்தைப் போல இருந்த அந்தக் காட்டுக்குள் நுழைந்த மன்னன் துஷ்யந்தன், விரைவில் தன் பசியையும், தாகத்தையும் மறந்தே போனான். மேலும் அவன் அளவில்லாத மகிழ்ச்சியையும் அடைந்தான். தவத்தகுதியின் அழிவற்ற திரளான அந்த முனிவரைக் காணும் விருப்பத்தில், தன் அரச அடையாளங்கள் அனைத்தையும் களைந்த அவன், தன் அமைச்சரோடும், தன் புரோகிதரோடும் அந்தச் சிறப்பான ஆசிரமத்திற்குள் நுழைந்தான். அந்த ஆசிரமம், பிரம்மலோகத்தைப் போல இருப்பதை அம்மன்னன் கண்டான்.

இனிமையாக ரீங்காரமிட்ட வண்டுகளும், தங்கள் இனிய மெல்லிசைகளைப் பொழியும் பல்வேறு இனங்களைச் சேர்ந்த பறவைகளும் அங்கே இருந்தன. குறிப்பிட்ட இடங்களில் சரியான ஸ்வர விதிகளின்படி, முதல்தரமான பிராமணர்களால் ரிக் வேத சுலோகங்கள் பாடப்படுவதைக்

கேட்டான். மேலும் வேறு இடங்கள், வேள்வி விதிகள், அங்கங்கள் மற்றும் யஜுர் வேதத்தின் சுலோகங்களை அறிந்த பிராமணர்களால் அருளப்பட்டிருந்தன.

இன்னும் வேறு இடங்கள், நோன்பு நோற்கும் முனிவர்களால் பாடப்படுபவையாக, ஒத்திசையும் வகையிலான சாம வேத சுலோகங்களால் நிறைந்திருந்தன. அந்த ஆசிரமத்தின் வேறு இடங்கள், அதர்வண வேதத்தைக் கற்றவர்களான பிராமணர்களால் அலங்கரிக்கப்பட்டிருந்தன. மேலும் வேறு இடங்களில், அதர்வண வேதத்தைக் கற்றவர்களும், சாம வேதத்தின் வேள்வி சுலோகங்களைப் பாடவல்லவர்களுமான பிராமணர்கள், சரியான உச்சரிப்பு விதிகளின்படி சம்ஹிதைகளை உரைத்துக் கொண்டிருந்தனர்.

மேலும் வேறு இடங்களில், வார்த்தைகளைச் சரியாக உச்சரிக்கும் அறிவியலை நன்கறிந்த பிராமணர்கள், பிற வகையிலான மந்திரங்களை உரைத்துக் கொண்டிருந்தனர். உண்மையில் இப்படிப்பட்ட புனிதமான ஒலிகளை எதிரொலித்த அந்த ஆசிரமமானது இரண்டாவது பிரம்மலோகத்தைப் போல இருந்தது.

வேள்வி மேடைகளை அமைக்கும் திறன் வாய்ந்தவர்களும், வேள்விகளின் கிரம விதிகள், தர்க்கம் மற்றும் மனோ அறிவியலில் தேர்ச்சியடைந்தவர்களும், வேதங்களை முழுமையாக அறிந்தவர்களுமான பல பிராமணர்கள் அங்கே இருந்தனர்.

அனைத்து விதமான வெளிப்பாடுகள் கொண்ட பொருள்களை நன்கு அறிந்தவர்களும், சிறப்புச் சடங்குகள் அனைத்தையும் அறிந்தவர்களும், மோக்ஷ தர்மத்தைப் பின்பற்றுபவர்களும், முன்மொழிவுகளை நிறுவுவதில் நன்கு திறன்பெற்றவர்களும், மிதமிஞ்சிய காரணங்களை நிராகரித்துச் சரியான முடிவுகளை மேற்கொள்பவர்களுமான பல பிராமணர்கள் அங்கே இருந்தனர்.

மேலும், சொற்களின் அறிவியலிலும் நயங்களிலும், அதாவது யாப்பிலக்கணம் சார்ந்த எதுகை, மோனை, சந்தம், அசைகள் போன்று ஓசைநயம் சேர்க்கும் இலக்கணங்கள் போன்றவற்றிலும், நிருக்தங்களிலும்,

அதாவது சொற்களின் வேர் குறித்த அங்கம் ஆகியவற்றிலும் அறிவுள்ளவர்களும்; மேலும் கணியம் என்றழைக்கப்படும் சோதிடம் அறிந்தவர்களும், பருப்பொருளின் பண்புகள், வேள்விச் சடங்குகளின் பலன்கள் ஆகியவற்றைக் கற்றவர்களும், காரணங்கள் மற்றும் விளைவுகளைக் குறித்த அறிவுடையவர்களும், பறவைகள் மற்றும் குரங்குகளின் கூச்சல்களைப் புரிந்து கொள்ளவல்லவர்களும், பெரும் ஆய்வுகளை நன்கு கற்றவர்களும், பல்வேறு அறிவியல்களில் திறன்வாய்ந்தவர்களும் அங்கே இருந்தனர்.

மன்னன் துஷ்யந்தன், தான் முன்னேறிச் சென்று கொண்டிருக்கும்போதே அவர்களின் குரல்களைக் கேட்டான். மனிதர்களின் இதயங்களுக்கு மகிழ்ச்சியைத் தரவல்ல மனிதக் குரல்களையும் அந்த ஓய்வில்லம் எதிரொலித்துக் கொண்டிருந்தது.

பகை வீரர்களைக் கொல்பவனான துஷ்யந்தன், தன்னைச் சுற்றிலும், ஜபங்களில் ஈடுபட்டவர்களும், கடுமையான நோன்புகளைக் கொண்டவர்களும், கற்றறிந்தவர்களுமான பிராமணர்களைக் கண்டான். அந்தப் பிராமணர்கள் அவனுக்கு மரியாதையுடன் வழங்கிய அழகிய தரைவிரிப்புகளைக் கண்டு அவன் மிகவும் ஆச்சரியப்பட்டான். தேவர்களையும், பெரும் முனிவர்களையும் வழிபடும் அந்தப் பிராமணர்களின் சடங்குகளைக் கண்ட அந்த ஏகாதிபதிகளில் சிறந்த துஷ்யந்தன், தான் பிரம்மலோகத்தில் இருப்பதாகவே நினைத்தான்.

முனிவர்களின் தவ ஒழுக்கங்களால் பாதுகாக்கப்பட்டதும், புனிதமான ஓய்வில்லமாக இருக்கவேண்டிய தகுதிகள் அனைத்தையும் கொண்டதுமான கசியப வம்சத்தவருடைய அந்தப் புனிதமான ஆசிரமத்தை அந்த மன்னன் எவ்வளவுக்கெவ்வளவு அதிகமாகக் கண்டானோ, அவ்வளவுக்கவ்வளவு இன்னும் அதிகமாகக் காணவே அவன் ஆசைப்பட்டான்.

உண்மையில் தனது இந்தச் சிறிய ஆய்வில் அவன் மனநிறைவு கொள்ளவில்லை. வீரர்களைக் கொல்பவனான

அந்த துஷ்யந்தன், இறுதியாக, தவச் செல்வமும், மேன்மையான நோன்புகளும் கொண்ட முனிவர்கள் சுற்றிலும் வசித்திருந்ததும், மகிழ்ச்சியளிப்பதுமான கசியப வம்சத்தவரின் அந்தப் புனிதமான ஓய்வில்லத்திற்குள் தனது அமைச்சர் மற்றும் புரோகிதரோடு நுழைந்தான்.

மேனகையின் ஆயத்தம்!

அதன் பிறகு அந்த ஏகாதிபதி துஷ்யந்தன், குறைக்கப்பட்டிருந்த தன் பரிவாரத்தையும் ஆசிரமத்தின் வாசலில் விட்டான். தனியாகவே ஆசிரமத்தினுள்ளே நுழைந்த அவன், கடும் நோன்புகளைக் கொண்ட முனிவர் கண்வரைக் காணவில்லை. முனிவரைக் காணாமலும், வசிப்பிடம் வெறுமையாக இருப்பதைக் கண்டும் அந்த துஷ்யந்தன், "இங்கே யார் இருப்பது?" என்று உரக்கக்கேட்டான். அந்தக் காட்டில் அவனது குரல் எதிரொலித்தது. அவனது குரலைக் கேட்டு, ஒரு துறவியின் மகளைப் போல உடுத்தியிருந்தவளும், லட்சுமிதேவியைப்

போன்ற அழகுடையவளுமான ஒரு கன்னிகை, முனிவர் கண்வரின் வசிப்பிடத்திலிருந்து வெளியே வந்தாள்.

கருங்கண்களைக் கொண்ட அந்த அழகி, மன்னன் துஷ்யந்தனைக் கண்டதும், அவனுக்கு நல்வரவு கூறி மரியாதையுடன் வரவேற்றாள். அவனுக்கு ஆசனம் கொடுத்து, கால்களைக் கழுவ நீரும் அர்க்கியமும்[4] கொடுத்த அவள், அந்த மன்னனின் உடல்நிலை மற்றும் மனநிலை குறித்து விசாரித்தாள்.

இவ்வாறு மன்னனை வழிபட்டு, அவனது உடல்நிலை மற்றும் மனநிலையைக் கேட்ட அந்தக் கன்னிகை, "மன்னா! எது செய்யப்பட வேண்டும்? உமது உத்தரவுகளுக்காக நான் காத்திருக்கிறேன்" என்று மரியாதையாகக் கேட்டாள்.

அவளால் முறையாக வழிபடப்பட்ட மன்னன் துஷ்யந்தன், களங்கமற்ற பண்புகளையும், இனிய பேச்சையும் கொண்ட அந்தக் கன்னிகையிடம், "பெரும் அருள் கொண்ட முனிவர் கண்வரை நான் வழிபட வந்திருக்கிறேன். இனிமையானவளே, அழகானவளே, சிறப்புமிக்கவரான முனிவர் கண்வர் எங்கே சென்றிருக்கிறார் என்பதை எனக்குச் சொல்வாயாக" என்று கேட்டான்.

அதற்கு சகுந்தலை, "சிறப்புமிக்க என் தந்தை, பழங்கள் கொணர்ந்து வர ஆசிரமத்தைவிட்டு வெளியே சென்றார். ஒருகணம் பொறுத்தால், நீர் அவரைக் காணலாம்" என்று சொன்னாள்.

கண்வ முனிவரைக் காணாது, அவளால் இவ்வாறு சொல்லப்பட்ட மன்னன் துஷ்யந்தன், அந்தக் கன்னிகை மிகுந்த அழகும், கச்சிதமான உடலமைப்பும் கொண்டவளாக இருப்பதைக் கண்டான். அவள் இனிமையான

---

4 விருந்தினரை வரவேற்பதில் பதினாறு வரை உபச்சாரங்கள் உண்டு. 1.ஆசனம் கொடுத்தல், 2. கால்கழுவுதல், 3. கைகளைக் கழுவுதல், 4. அருந்த நீர் தருதல் 5. குளிப்பதற்கான வாசனைப் பொடிகளை பூசுதல் 6. குளிக்க வைத்தல் 7. உடைகள் தருதல் 8 ஆபரணங்கள் தருதல் 9. வாசனை திரவியங்கள் பூசுதல் 10. பூணூல் அளித்தல் 11. தூபங்கள் வாசனைப் புகைகளை பரவவிடல் 12. கவரி வீசுதல் 13.அவர்கள் மனம் குளிர உபசார வார்த்தைகள் பேசுதல் 14. உணவளித்தல் 15. தாம்பூலம் கொடுத்தல் 16. ஆரத்தி எடுத்தல் ஆகியவையே அந்த விருந்தோம்பல்கள். கைகளைக் கழுவுவதே அர்க்கியம் எனப்படும்.

புன்னகையுடன் இருப்பதையும் கண்டான். அவள், தனது களங்கமற்ற பண்புகள், தவத்துறவுகள், பணிவு ஆகியவற்றின் அழகால் அலங்கரிக்கப்பட்டு நின்று கொண்டிருந்தாள். அவள் இளமையின் தொடக்கத்தில் இருப்பதையும் மன்னன் துஷ்யந்தன் கண்டான்.

எனவே அவன், அவளிடம், "அழகியே! நீ யார்? எவருடைய மகள் நீ? மேலும் நீ ஏன் இந்தக் காட்டுக்கு வந்தாய்? எழில் வாய்ந்தவளே! இப்படிப்பட்ட பண்புகளுடனும், இவ்வளவு அழகுடனும் உள்ள நீ எங்கிருந்து வந்தாய்? அழகானவளே! முதல் பார்வையிலேயே நீ என் இதயத்தைக் களவாடிவிட்டாய்! நான் உன்னைப்பற்றி முழுவதும் அறிய விரும்புகிறேன். எனவே, அனைத்தையும் எனக்குச் சொல்வாயாக" என்றான்.

ஏகாதிபதியான துஷ்யந்தனால் இப்படிக் கேட்கப்பட்ட அந்தக் கன்னிகை புன்னகையுடன் கூடிய இனிமையான வார்த்தைகளில், "துஷ்யந்தரே! நற்குணம், ஞானம், உயர்ந்த ஆன்மா ஆகியவற்றைக் கொண்ட சிறப்புமிக்க முனிவர் கண்வரின் மகள் நான். என் பெயர் சகுந்தலை ஆகும்" என்று மறுமொழி கூறினாள்.

துஷ்யந்தன், "உலகம் முழுவதும் வழிபடப்படுபவரும் உயர்ந்த அருளைக் கொண்டவருமான கண்வ முனிவர், காம இச்சைக்களைக் கட்டுப்படுத்தியவர் ஆவார். தர்மன் கூடத் தன் பாதையில் தவறலாம், ஆனால் கடும் நோன்புகளைக் கொண்ட ஒரு தவசி தவறவே முடியாது. எனவே, அழகான நிறம் கொண்டவளே! அவரது மகளாக நீ எப்படிப் பிறந்திருக்க முடியும்? எனது இந்தப் பெரும் ஐயப்பாட்டைக் களைவதே உனக்குத் தகும்" என்றான்.

சகுந்தலை, "மன்னா! பழங்காலத்தில் எனக்கு நேர்ந்தது என்ன? நான் எவ்வாறு முனிவரின் மகளாக ஆனேன் என்பதை நான் அறிந்த வரை உமக்குச் சொல்கிறேன் கேட்பீராக.

"முன்பொரு காலத்தில், ஒரு முனிவர் இங்கு வந்து எனது பிறப்பைக் குறித்துக் கேட்டார். முனிவரின் கேள்விக்குப் பதிலளிக்கும் வகையில் எனது தந்தை கண்வர் பேசினார்.

பழங்காலத்தில் கடுந்தவத்தில் விஷ்வாமித்திரர்[5] ஈடுபட்டதால் தேவர்களின் தலைவனான இந்திரன் அச்சுறுத்தலுக்கு உள்ளானான்."

அவரது தவங்களால் சொர்க்கத்தின் உயர்ந்த ஆசனத்தில் இருந்து தன்னைத் தள்ளிவிடக் கூடும் என்று நினைத்து அஞ்சிய இந்திரன், மேனகையை அழைத்து, அவளிடம், 'மேனகையே! நீயே அப்சரஸ்களில் முதன்மையானவள், எனவே, இனிமையானவளே, எனக்கு ஒரு சேவையைச் செய்வாயாக. நான் சொல்வதைக் கேட்பாயாக. பிரகாசத்தில் சூரியனைப் போன்ற இந்தப் பெரும் தவசி விஷ்வாமித்திரர் தவங்களில் கடுமையானவற்றைச் செய்துவருகிறார். என் இதயம் அச்சத்தால் நடுங்குகிறது. உண்மையில், கொடியிடை மேனகையே, இஃது உன் தொழிலே. ஆழ்ந்த தியானத்தில், மெய்மறந்த ஆன்மா கொண்டவரும், கடும் தவங்களில் ஈடுபடுபவருமான விஷ்வாமித்திரரால் என்னை என் பதவியிலிருந்து தள்ள முடியும் என்பதை நீ எண்ணிப் பார்க்க வேண்டும். நீ சென்று அவரை மயக்கி, அவர் தொடர்ந்து வரும் தவங்களைக் கலங்கடித்து எனக்கான நன்மையைச் சாதிப்பாயாக. அழகானவளே! உன் அழகு, இளமை, ஏற்புடைமை, கலைகள், புன்னகை மற்றும் பேச்சால் அவரை மயக்கி, அவரது தவங்களிலிருந்து விலக்கி, அவரை வெல்வாயாக' என்று கேட்டுக் கொண்டான்.

இவையாவற்றையும் கேட்ட மேனகை, 'அந்தச் சிறப்புமிக்க விஷ்வாமித்திரர் பெரும் சக்தியைக் கொண்ட வலிமைமிக்கத் துறவியாவார். நீர் அறிந்தவாறே அவர் மிகவும் முன்கோபம் கொண்டவருமாவார். அந்த உயர் ஆன்மாவின் சக்தி, தவங்கள், கோபம் ஆகியவை உம்மையே கவலைகொள்ளச் செய்திருக்கின்றன. அவ்வாறிருக்கையில் நான் எவ்வாறு கவலை கொள்ளாதிருப்பேன்?

---

5 கௌசிகர் என்று அழைக்கப்படும் இந்த விஷ்வாமித்திர முனிவர், மன்னன் குசநாபனின் மகனாவார். வசிஷ்ட முனிவரோடு ஏற்பட்ட போட்டியின் காரணமாக, கடுமையான தவங்களைச் செய்து பிரம்ம ரிஷியானவர். தமிழ்நாட்டின் திருநெல்வேலி மாவட்டம், ராதாபுரம் வட்டத்தில் உள்ள விஜயாபதி என்னும் ஊரில் விஷ்வாமித்திரருக்குக் கோயில் உள்ளது. இவ்வூரின் அண்மையிலுள்ள ஊர்கள் இடிந்தகரை, கூடன்குளம் ஆகியனவாகும்.

‘சிறப்புமிக்க வசிஷ்டரேயே, தமது பிள்ளைகளின் அகால மரணத்தைக் காணும் வேதனையை அடையச் செய்தவரும் அவரே. முதலில் க்ஷத்திரியராகப் பிறந்திருப்பினும், அடுத்து தன் தவத்துறவுகளின் அறத்தால் பிராமணரானவர் ஆவார். கடக்கக் கடினமானதும், கௌசிகி என்ற பெயரில் அறியப்படும் புனித ஓடையுமான ஓர் ஆழமான ஆற்றைத் தன் புனித நீராடலுக்காக உண்டாக்கியவர் அவரே.

‘தந்தையின் சாபத்தால் வேடுவனாக வாழ்ந்த வந்த அரசமுனி மதங்கன், கொடும் பஞ்ச காலத்திலிருந்த விஷ்வாமித்திரரின் மனைவியை ஆதரித்தான். பஞ்சம் தீர்ந்ததும், திரும்பிக் கொண்டிருந்த விஷ்வாமித்திரர், தனது ஆசிரமம் எங்கிருந்ததோ அந்த நதியின் பெயரை கௌசிகி என்பதிலிருந்து பாரை என்று மாற்றினார்.

‘மதங்கனின் சேவைகளுக்குப் நன்றிக்கடனாக, வேள்விகளில் மதங்கனின் புரோகிதராக ஆனார். அந்த வேள்விகளில், தேவர்களின் தலைவரான இந்திரரே அச்சத்தால் சோமச்சாற்றை அருந்த சென்றார். திருவோணம் நட்சத்திரத்தை முதலாகக் கொண்ட எண்ணற்ற நட்சத்திங்களுடன் கூடிய இரண்டாம் உலகம் ஒன்றையே கோபத்தால் உண்டாக்கியவர் விஷ்வாமித்திரரே.

‘மேன்மையான ஆசான் வசிஷ்டரின் சாபத்தில் கெட்டிருந்த திரிசங்குவுக்குப் பாதுகாப்பளித்தவர் அவரே. இத்தகு செயல்களைச் செய்த அவரை அணுக நான் அஞ்சுகிறேன். இந்திரரே, அவரது கோபத்தால் நான் எரிந்துவிடாதவாறு, என்ன வழிமுறைகளைப் பின்பற்ற வேண்டும் என்பதை எனக்குச் சொல்வீராக.

‘தன் பிரகாசத்தால் மூவுலகங்களை எரிக்கவும், ஒரு மிதியால் பூமியை நடுங்கச் செய்யவும் இயன்றவர் அந்த விஷ்வாமித்திரர். மகாமேருவை பூமியிலிருந்து பெயர்த்தெடுத்து, எவ்வளவு தூரம் வேண்டுமானாலும் வீச இயன்றவர் அவர். ஒரு கணத்தில் பூமியின் பத்து திசைப் புள்ளிகளையும் சுற்றிவர இயன்றவர் அவர். சுடர்மிக்க நெருப்பைப் போலத் தவ அறங்கள் நிறைந்தவரும், தன் ஆசைகளை முழுக் கட்டுப்பாட்டிற்குள் கொண்டவருமான ஒருவரை என்னைப் போன்ற ஒரு பெண்ணால் எவ்வாறு தீண்டவும் முடியும்?

'அவரது வாய் சுடர்மிக்க நெருப்பைப் போன்றது; அவரது கண்களின் கருவிழிகள் சூரியனையும் சந்திரனையும் போன்றன; அவரது நாக்கு யமனையே போன்றது. தேவர்களின் தலைவரே! என்னைப் போன்ற ஒரு பெண்ணால், எவ்வாறு அவரைத் தீண்டவும் முடியும்? யமன், சோமன், பெரும் முனிவர்கள், சத்யஸ்யர்கள், விஸ்வர்கள், வாஹில்யர்கள் ஆகியோரும் அவரது ஆற்றலை நினைத்தால் அஞ்சுவர். என்னைப் போன்ற ஒரு பெண்ணால் எவ்வாறு அஞ்சாமல் அவரைக் காணவும் முடியும்?

'எனினும், தேவர்களின் மன்னா, உம்மால் ஆணையிடப்படும் நான், எவ்வாறேனும் அம்முனிவரை அணுக வேண்டும். ஆனால், தேவர்களின் தலைவரே, உம்மால் பாதுகாக்கப்படும் நான், அந்த முனிவரிடம் பாதுகாப்பாக இருக்கும் வகையில் ஏதாவது திட்டத்தைத் தீட்டுவீராக.

'விஷ்வாமித்திர முனிவரின் முன்னிலையில் நான் விளையாடத் தொடங்குகையில் மாருதனான வாயுத்தேவன் அங்கு வந்து என் ஆடைகளைக் களவாடுவது நலம். உமது ஆணையின் பேரில் மன்மதனும் அந்தச் சந்தர்ப்பத்தில் காட்டிலிருந்து நறுமணத்தை அங்கே கொண்டுவந்து அம்முனிவரை மயக்கட்டும்' என்று மறுமொழி கூறினாள் மேனகை. இதைச் சொல்லியும், தான் கேட்ட அனைத்தும் முறையாகக் கிடைத்ததைக் கண்டும் அந்தப் பெரும் கௌசிகரின் ஓய்வில்லத்திற்குச் சென்றாள் மேனகை.

விஷ்வாமித்திரரும் மேனகையும்!

மேனகையால் இப்படிச் சொல்லப்பட்ட இந்திரன், அனைத்து இடங்களையும் அணுக வல்லவனான வாயுத்தேவனிடம், விஷ்வாமித்திர முனிவரின் முன் மேனகை இருக்கும் நேரத்தில், அவளோடு இருக்குமாறு ஆணையிட்டான். பிறகு, மருட்சியுடையவளும் அழகானவளுமான மேனகை, அந்த ஓய்வில்லத்தில் நுழைந்து, தன் தவங்களால் தன் பாவங்கள் அனைத்தையும் எரித்தவரான அந்த விஷ்வாமித்திரர் இன்னும் தவத்தில் ஈடுபட்டுக்கொண்டிருப்பதை அங்கே கண்டாள்.

அம்முனிவரை வணங்கிய மேனகை, அவர் முன்பாக விளையாடத் தொடங்கினாள். சரியாக அதே நேரத்தில் மாருதன், சந்திரனைப் போன்ற வெண்மையுடன் கூடிய அவளது ஆடைகளைக் களவாடிச் சென்றான். அதன்பேரில் பெரும் நாணத்தில் நிறைந்த மேனகை, ஏதோ வாயுத்தேவனிடம் தான் மிகவும் எரிச்சல் அடைந்ததைப் போலக் காட்டிக்கொண்டு தன் ஆடையைப் பிடிக்க ஓடினாள்.

நெருப்பைப் போன்ற சக்தி கொண்ட விஷ்வாமித்திரரின் கண்களுக்கு முன்பாகவே அவள் இவை யாவற்றையும் செய்தாள். விஷ்வாமித்திரரும் அவளை அதே மனோபாவத்துடனேயே கண்டார். ஆடைகள் விலகிய மேனகை நிறைவான அழகைக் கொண்டவளாக இருப்பதையும் அவர் கண்டார். முனிவர்களில் சிறந்தவரான அந்த விஷ்வாமித்திரர், வயதின் தடயம் ஏதும் மேனியில் இல்லாமால் மிக அழகானவளாக அவள் இருப்பதைக் கண்டார். அவளது அழகையும், வித்தகத் தன்மையையும் கண்டவரும், முனிவர்களில் சிறந்தவருமான அந்த விஷ்வாமித்திரர், காமங்கொண்டு, தான் அவளது தோழமையை விரும்புவதாகக் குறிப்பால் உணர்த்தினார். அதன்படியே அவர் அழைக்கவும் செய்தார், களங்கமில்லா அழகுடைய அவளும் அந்த அழைப்புக்கான ஏற்பை வெளிப்படுத்தினாள். பிறகு அவர்கள் ஒருவரோடு ஒருவர் துணையாக நீண்ட காலத்தை அங்கே கழித்தனர்.

எப்போதும் தவத்திலிருந்த அம்முனிவர் இவ்வாறு காம இச்சைகளை அடக்காதவராகி வருடங்கள் உருண்டோடுவதை நினைக்கவில்லை. நெடுங்காலம் ஈட்டிய தவத்துக்கு அழிவையும் தேடிக்கொண்டார். தவமிழந்ததனாலேயே அம்முனிவர் மோகத்தை அடைந்தார். கோபமே இயல்பாகவுடையவரும், காய் கிழங்குகளைப் புசிப்பவருமாகிய அம்முனிவர் பெண் மயக்கத்தில் அகப்பட்டு, காலலம்பும் ஒலியால் நீரை நிறைத்து, நதிக் கரையில் இருந்த ஆசிரமத்திற்குச் சென்றார்.

அந்நேரத்தில் அவரை விட்டு நீங்குவதற்கு விரும்பியிருந்த மேனகை நீரின் ஒலியைக் கேட்டாள். அவள், 'தவத்தால் பிரகாசிக்கும் மகிமையுள்ள இவர், ஆகாயத்தில்

திரிபவராவார். இப்போது இவரது தவம் குறைந்ததன் அடையாளத்தை நான் அறிகிறேன். இப்போது நான் இவரை விட்டுச் செல்வது தகாது' என்று நினைத்துக் கொண்டாள். மேனகை, தன் பருவகாலம் வந்ததும், காமத்தின் விருப்பத்தில் அகப்பட்டவராகிய அம்முனிவரின் அருகிற்சென்றாள்.

இவ்வாறு, மிக நீண்ட காலத்தை ஒரு நாளைப் போல எண்ணி, தாங்கள் விரும்பியவாறெல்லாம் ஒருவரோடொருவர் விளையாடியதால், அந்த முனிவர், மேனகையிடம் சகுந்தலை என்ற பெயரில் ஒரு மகளைப் பெற்றார். மேனகையும் அழகிய இமய மலைகளின் பள்ளத்தாக்கில் ஓடும் மாலினி ஆற்றின் கரைக்குச் சென்றாள். அங்கே அவள் அந்த மகளை ஈன்றெடுத்தாள்.

அந்த மேனகையானவள், தெய்வப் பெண்ணுக்கு ஒப்பானவளும், ஆபரணங்களுடன் அழகாகப் படுத்திருப்பவளுமான அந்தப் பெண் குழந்தையைப் பார்த்து, 'பெண்ணரசியே! நீ கடும் தவம் செய்த பெரும் முனிவரின் வித்தாக இருக்கிறாய். மானிடப் பெண்ணை ஸ்வர்க்கத்திற்குக் கொண்டுசெல்ல முடியாது. தேவகாரியத்திற்காக வந்த நானோ, இப்போது ஸ்வர்க்கம் செல்லப் போகிறேன்' என்று சொல்லிப் புதிதாகப் பிறந்த அந்தப் பச்சிளங்குழந்தையை அந்த ஆற்றங்கரையிலேயே விட்டுவிட்டுச் சென்றுவிட்டாள். தான் வந்த காரியம் வெற்றிகரமாக முடிந்ததும் அந்த மேனகை விரைவில் இந்திரனிடம் திரும்பினாள்.

மனிதர்களற்றதும், சிங்கங்களும் புலிகளும் நிறைந்ததுமான அந்தக் காட்டில் கிடக்கும் புதிதாய்ப் பிறந்த பச்சிளங்குழந்தையைக் கண்ட எண்ணற்ற கழுகுகள் தீங்கிலிருந்து அந்தக் குழந்தையைப் பாதுகாப்பதற்காகச் சுற்றிலும் அமர்ந்தன. எந்த ராட்சசனோ, ஊனுண்ணும் விலங்கோ அதன் உயிரை எடுக்கவில்லை. அந்தக் கழுகுகள் மேனகையின் மகளைப் பாதுகாத்தன. நீராடச் சென்ற நான் அங்கே கழுகுகள் சூழக் காட்டில் தனியாகக் கிடக்கும் அந்தப் பச்சிளம் குழந்தையைக் கண்டேன்.

அழகாகக் கூவும் பறவைகள் அனைத்தும் என்னைக் கண்டு, என்னருகில் வந்து, என் கால்களில் விழுந்து, 'பிராமணரே! விஷ்வாமித்திரரின் மகளான இந்தப் பெண்ணுக்கு

அடைக்கலங்கொடுத்துக் காப்பீராக. உமது நண்பரான விஷ்வாமித்ரர், கௌசிகி நதிக்குச் சென்றுவிட்டார். எனவே, அவருடைய பெண்ணை அன்போடு வளர்ப்பீராக!' என்று இனிமையாகவும் தெளிவில்லாமலும் சொல்லின.

விலங்குகளின் மொழிகளைத் தெரிந்தவனும், உயிரினங்கள் அனைத்திடமும் அன்பு கொண்டவனுமான நான் உடனே அவளை இங்கே கொண்டுவந்து, என் மகளாக்கிக் கொண்டேன்.

உண்மையில், உடலைப் படைப்பவன், உயிரைக் காப்பவன், உணவு கொடுப்பவன் ஆகிய மூவரும், சாத்திரங்களின்படி தரத்தில் தந்தைகளாகின்றனர். காட்டில் தனியாக அவள் சகுந்தங்கள் எனப்படும் பறவைகளால் சூழப்பட்டிருந்த காரணத்தால், அவள் சகுந்தலை என்று அழைக்கப்பட்டாள். பிராமணரே! இவ்வாறே சகுந்தலை[6] எனது மகளானாள் என்பதை அறிவீராக. அந்தக் களங்கமற்ற சகுந்தலையும் என்னைத் தந்தையாகவே கருதுகிறாள் என்றார் கண்வ முனிவர்.

"அந்த முனிவரால் கேட்கப்பட்ட போது, எனது தந்தையான கண்வ முனிவர் அவரிடம் இதையே சொன்னார். மனிதர்களின் மன்னா, இப்படியே நான் கண்வரின் மகளாவேன் என்பதை அறிந்துகொள்வீராக. எனது உண்மையான தந்தையான விஷ்வாமித்திரரை அறியாத நான், கண்வரையே எனது தந்தையாகக் கருதுகிறேன். மன்னா, இவ்வாறே எனது பிறப்பைக் குறித்து நான் கேள்விப்பட்டது அனைத்தையும் உமக்குச் சொல்லிவிட்டேன்" என்றாள் சகுந்தலை.

---

[6] சகுந்த – பறவைகளினால், லா – கிருஹிக்கப்பட்டவள் என்று கும்பகோணம் பதிப்பில் விளக்கம் இருக்கிறது.

சகுந்தலையை மயக்கிய துஷ்யந்தன்!

இவை அனைத்தையும் கேட்ட மன்னன் துஷ்யந்தன், "சகுந்தலையே, நீ சொன்னதனைத்தையும் நன்றாகவே சொன்னாய். அழகானவளே! நீ என் மனைவியாவாயாக. நான் உனக்காக என்ன செய்ய வேண்டும்? தங்கமாலை, ஆடைகள், தங்கத்தாலான காதணிகள், பல நாடுகளைச் சேர்ந்த அழகான வெண்முத்துக்கள், தங்க நாணயங்கள், சிறந்த தரைவிரிப்புகள் ஆகியவற்றை இன்றே உனக்குப் பரிசளிக்கிறேன். அழகானவளே! எனது முழு அரசாங்கமும் இன்று உனதாகட்டும். என்னிடம் வா, மருட்சியுடையவளே!

அழகானவளே! கந்தர்வ முறைப்படி என்னை மணந்து கொள்வாயாக. வாழைமரம் போன்ற வழவழப்பான தொடைகளைக் கொண்டவளே! திருமண முறைகள் அனைத்திலும் காந்தர்வ முறையே முதன்மையானதாக மதிக்கப்படுகிறது" என்றான்.

இதைக்கேட்ட சகுந்தலை, "மன்னா! எனது தந்தை கனிகள் கொண்டுவருவதற்காக இந்த ஆசிரமத்திலிருந்து வெளியே சென்றிருக்கிறார். ஒருகணம் பொறுப்பீராக; அவரே என்னை உமக்கு அளிப்பார். [எனக்கு என் தந்தையே தலைவர். அவரே எனக்கு முக்கியமான தெய்வம். தந்தை என்னை யாருக்குக் கொடுப்பாரோ அவரே எனக்குக் கணவராவார். இளமையில் தந்தை காப்பாற்றுகிறார். பருவகாலத்தில் கணவர் காப்பாற்றுகிறார். முதிர்ந்த வயதில் மகன் காப்பாற்றுகிறான். பெண்மகள் சுதந்திரமாக இருக்கத்தக்கவள் அல்ல. மன்னர்களில் சிறந்தவரே! அறம் சார்ந்தவரே! சிறந்த தவமுள்ள என் தந்தையை மதிக்காமல் அறம் மீறி எவ்வாறு நான் கணவனை அடையலாம்?" என்று சொன்னாள்.

துஷ்யந்தன், "அழகானவளே! தவமே உருக்கொண்டவரும், அமைதியே இயல்பாக உடையவருமான கண்வரை நீ இவ்வாறு சொல்வது தகாது" என்று சொன்னான்.

இதைக்கேட்ட சகுந்தலை, "பிராம்மணர்களுக்குக் கோபமே ஆயுதம்; பிராமணர்கள் கையில் ஆயுதம் பிடிப்பவரல்லர்; இந்திரன் வஜ்ராயுதத்தினால் அசுரர்களைக் கொல்வது போல், பிராமணர்கள் கோபத்தினால் சத்துருக்களைக் கொல்கின்றனர். அக்னி தன் தழல்களால் தகிக்கிறது; சூரியன் தன் கதிர்களால் தகிக்கிறான்; மன்னன் தண்டனையினால் தகிக்கிறான்; பிராமணன் கோபத்தினாலேயே தகிக்கிறான். இந்திரன் அசுரர்களைக் கொன்றது போலவே, கோபம் மூட்டப்பட்ட பிராமணன் அக்கோபத்தினாலேயே கொல்லுகிறான்" என்று சொன்னாள்.

அதற்கு துஷ்யந்தன், "அன்புக்குரியவளே! பெரும் முனிவரான அந்தக் கண்வரை நான் அறிவேன். அவருக்குக் கோபமில்லை. அழகான நிதம்பமுள்ளவளே!

பொருத்தமானவளே! நீ என்னை அடைவதையே நான் விரும்புகிறேன்]⁷ அழகானவளே! களங்கமற்றவளே! நீ எனது வாழ்க்கைத் துணையாக நான் விரும்புகிறேன். நான் உனக்காகவே வாழ்கிறேன் என்றும், என் இதயம் உன்னிடமே இருக்கிறது என்றும் நீ அறிந்து கொள்வாயாக."

"ஒருவன் நிச்சயமாகத் தனக்குத் தானே நண்பனாகவும், தன்னைச் சார்ந்தவனாகவுமே இருப்பான். எனவே, முறைப்படி, நிச்சயமாக நீயே உன்னை எனக்கு அளிக்கலாம்.

"மொத்தம் எட்டு வகைத் திருமணங்கள் இருக்கின்றன. அவை, பிராம்மம், தைவம், ஆர்ஷம், பிரஜாபத்யம், ஆசுரம், காந்தர்வம், இராட்சசம் மற்றும் பைசாசம் ஆகியவையாகும்⁸.

"தான்தோன்றி பிரம்மனின் மகனான மனு, இவற்றின் தகுதிகள் அனைத்தையும், அதனதன் ஒழுங்குக்கேற்ப சொல்லியிருக்கிறார். களங்கமற்றவளே! பிராமணர்களுக்கு முதல் நான்கு வகையும், க்ஷத்திரியர்களுக்கு முதல் ஆறு வகையும் பொருந்துபவையாகும் என்பதை அறிவாயாக.

"மன்னர்களைப் பொருத்தவரை, இராட்சச வகையும் கூட அனுமதிக்கப்படுகிறது. வைசியர்களுக்கும் சூத்திரர்களுக்கும் ஆசுர வகை அனுமதிக்கப்படுகிறது.

---

⁷ அடைப்புக்குறிகளுக்குள் இருப்பவை கங்குலியல்லாத வேறு பதிப்புகளில் இருந்து எடுத்தாளப்பட்டுள்ளது.

⁸ அலங்கரிக்கப்பட்ட கன்னிகையைத் தானமளிப்பது பிரம்மவிவாகம்; வேள்வியின் முடிவில் ரித்விக்குகளுக்குத் தக்ஷிணையாகக் கன்னிகையைத் தானமளிப்பது தைவவிவாகம்; இணையர் இருவரும் சேர்ந்து அறம் வளர்க்கட்டும் என்று மனத்தினால் எண்ணி தானம் செய்வது பிரஜாபத்யம்; மணமகனிடமிருந்து இரண்டு பசுக்களைப் பெற்றுக் கொண்டு கன்னிகையைத் தானமளிப்பது ஆர்ஷவிவாகம்; பெருந்திரவியங்களை வாங்கிக் கொண்டு கன்னிக்கையைத் தானமளிப்பது ஆசுரவிவாகம்; மணமகனும், மணமகளும் மனமொப்பிக் கலந்து கொள்வது காந்தர்வவிவாகம்; தூக்கத்திலும், மதுமயக்கத்திலும் கன்னிகையைக் கடத்திச்செல்வது பைசாசவிவாகம்; போரிட்டுப் பலவந்தமாகக் கடத்திச் செல்வது ராக்ஷஸவிவாகம்.

"முதல் ஐந்தில் மூன்று முறையானவை, மீதம் இரண்டும் முறையற்றவை. பைசாச மற்றும் ஆசுர வகைகள் நடைமுறையில் செய்யப்படவே கூடாது[9].

அறத்தின் அங்கங்களான இவற்றின்படியே ஒவ்வொருவனும் நடக்க வேண்டும். காந்தர்வ மற்றும் இராட்சச வகைகள் க்ஷத்திரியர்களுக்கு ஏற்ற நடைமுறைகளாகும். நீ இதனால் சிறு அச்சமும் கொள்ளத் தேவையில்லை. இறுதியாகச் சொன்ன இருவகையில் எந்த ஒரு வகையும், அல்லது இருவகையும் கலந்து நமது திருமணம் நடைபெறலாம்.

"அழகான நிறம் கொண்டவளே, நான் ஆசையால் நிறைந்திருக்கிறேன், நீயும் அவ்வாறே இருப்பதால், காந்தர்வ முறைப்படி நீ எனது மனைவியாகலாம்" என்றான் துஷ்யந்தன்.

இதைக் கேட்ட சகுந்தலை பதிலளித்தாள், "இதுதான் அறம் அங்கீகரித்தப் பாதை என்றால், நிச்சயமாக நானே என்னை அளிக்கலாம் என்றால், பௌரவ குலத்தில் முதன்மையானவரே! எனது நிபந்தனைகளைக் கேட்பீராக. நான் கேட்பனவற்றை எனக்குக் கொடுப்பதாக உண்மையாக எனக்கு உறுதிகூறுவீராக. என் மூலமாகப் பிறக்கும் மகனே உமது வாரிசாக வேண்டும். மன்னா!, இதுவே எனது நிலையான மனத்துணிவாகும். துஷ்யந்தரே! இந்த வரத்தை நீர் எனக்களிப்பதாக இருந்தால், நமது திருமணம் நடக்கலாம்" என்றாள்.

ஏகாதிபதியான துஷ்யந்தன், சிந்திக்க எந்த நேரமும் எடுத்துக்கொள்ளாமல் உடனடியாக, "அப்படியே ஆகட்டும்.

---

9 அர்த்தசாஸ்திரம் போன்ற அரசநீதி நூல்களில் இதே திருமண வகைகள் உண்டு. பெற்றவரின் சம்மதம் பெற்ற பிரம்மம், தைவம், பிரஜாபத்யம் ஆகியவை ஒப்புக் கொள்ளப்பட்ட விவாகங்கள் ஆர்ஷம், ஆசூரம் ஆகியவற்றை அரசுக்குத் தண்டம் அளித்து ஏற்கும் வகை விவாகங்களாக மாற்றிக்கொள்ளலாம். காந்தர்வம் பெற்றோரின் ஒப்புதல் பெறப்பட்டு முறைப்படுத்தப்படும். பைசாஸம், ராட்சஸம் ஆகிய திருமணங்கள் செய்தவர் தண்டிக்கப்பட்டுவர். தண்டனைக்குப்பின் மணப்பெண் மற்றும் அவளைப் பெற்றோரின் சம்மதம் இருப்பின் அத்திருமணம் முறைப்படுத்தப்படும்.

ஏற்கத்தக்க புன்னகை கொண்டவளே! நான் உன்னை எனது தலைநகருக்கே அழைத்துச் செல்வேன். நான் உனக்கு உண்மையாகச் சொல்கிறேன். அழகானவளே! நீ இஃது எல்லாவற்றுக்கும் தகுந்தவளே" என்றான்.

இப்படிச் சொல்லிவிட்டு, [புரோஹிதரை அழைத்து அச்சமயத்திற்கு ஏற்ற சொல்லைச் சொன்னான். "இளவரசியான சகுந்தலை சொன்னதைப் பொருளத்தற்றதாக்க நான் கருதவில்லை. சிறந்த புகழுடன் கூடிய எனது மகன் தூய சடங்குகளுக்குத் தகாதவனாக ஆகத்தகாது. எனவே, சாத்திர விதிப்படியே திருமணத்தை நடத்துவீராக; கால தாமதம் செய்ய வேண்டாம்" என்றான்.

மன்னனால் இவ்வாறு சொல்லப்பட்ட பிராமணர், "அரசர்க்கரசே! இது நீதியே" என்று சொல்லிச் சிறந்த தூய ஆன்மாவுடன் சாத்திரப்படி திருமணத்தை நடத்திவைத்தார். அந்தப் பிராமணர்களில் சிறந்தவரின் சொற்படி கையில் மங்கலக் கங்கணம் கட்டிக்கொண்டு சாத்திரப்படி சகுந்தலையைத் திருமணம் செய்து கொண்டு],[10] ஒரு கணவனாக இருந்து அவளை ஒரு மனைவியாக அறிந்துக் கொண்டான்.

பிறகு அந்த துஷ்யந்தன், சகுந்தலையிடம் "உனது பாதுகாப்புக்காக எனது நால்வகைப் படைகளை அனுப்பி வைக்கிறேன். இனிமையான புன்னகை கொண்டவளே, நிச்சயமாக நான் உன்னை எனது தலைநகருக்கு அழைத்துச் செல்கிறேன்" என்று மீண்டும் மீண்டும் உறுதிகூறினான்.

இப்படி அவளுக்கு உறுதி கூறிய மன்னன் துஷ்யந்தன், ["அழகிய புன்னகையுள்ளவளே! மூன்று வேதங்களையும் அறிந்த பெரியோர்களோடும், மன்னர்கள் பலரோடும், பல்லாயிரம் பல்லக்குகளோடும்கூட என் உறவினர்கள் வருவார்கள். ஊமையர்களும் வேடர்களும் கூனர்களும் குள்ளர்களும் அலிகளும் புராணம் சொல்லுகின்றவர்களும் துதிபாடுகிறவர்களும் சேர்ந்த சேனை சங்கதுந்துபி

---

10 அடைப்புக்குறிகளுக்குள் இருப்பவை கங்குலியில் இல்லாதவையாகும்; வேறு பதிப்புகளிலிருந்து எடுத்தாளப்பட்டுள்ளது.

வாத்தியங்களின் முழக்கங்களுடன் வனத்திற்கு வரப்போகிறது.

"அவ்வாறே நான் உன்னை என் நகரத்திற்கு வரச் செய்வேன். அவ்வாறு மங்கலமான சடங்குகளுடன் உன்னைக் கௌரவிக்காமல், சாதாரணமாக என் அரண்மனைக்கு அழைக்க மாட்டேன். அழகிய புருவமுள்ளவளே! உனக்கு உறுதிமொழி கூறுகிறேன்" என்று சொன்னான். அழகிய நடை கொண்ட அந்த சகுந்தலையிடம் இவ்வாறு சொன்னவனும், அரசமுனியுமான துஷ்யந்தன் இரு கரங்களாலும் அவளை ஆரத்தழுவிக் கொண்டு, மலர்ந்த முகத்துடன் பார்த்து, தான் சொன்னதை அவள் ஒப்புக் கொண்டதன் பின், மறுபடியும் அவளைத் தழுவிக் கொண்டான்.

அழகிய முகமுள்ள அந்த சகுந்தலை மன்னனின் பாதங்களில் விழுந்தாள். தன் மனைவியான அந்த சகுந்தலையை மறுபடியும் தழுவிய துஷ்யந்தன், "இளவரசியே! நீ துயர் கொள்ளாதே; நான் அழைத்துக் கொண்டு போவேன்; என் அறத்தின் மேல் ஆணை" என்று பலமுறை அவளுக்கு உறுதிமொழி சொல்லி விடைபெற்றுக் கொண்டு][11] வந்தவழியே தனது இல்லம் நோக்கிச் சென்றுகொண்டிருந்தபோது, கசியப குலத்தில் தோன்றிய கண்வரைக் குறித்து நினைக்கத் தொடங்கினான். அந்த துஷ்யந்தன், 'சிறப்புமிக்கத் துறவியான கண்வர், அனைத்தையும் அறிந்த பிறகு, என்ன சொல்வார்?' என்று தன்னைத் தானே கேட்டுக் கொண்டான். இதை நினைத்துக் கொண்டே அவன், தனது தலைநகருக்குள் நுழைந்தான்.

மன்னன் சென்ற கணத்தில், கண்வர் தமது குடிலுக்கு வந்தார். ஆனால் சகுந்தலை, வெட்கப்பட்டுக்கொண்டு தனது தந்தையை வரவேற்கச் செல்லவில்லை. [பிறகு அவள் அச்சத்துடன் கண்வ முனிவரிடம் மெல்ல சென்றாள். பெரும் ஆன்மா கொண்ட கண்வர் கொண்டுவந்த சுமையை வாங்கிக்கொண்டு அவருக்கு இருக்கையளித்து அவர் பாதங்களைக் கழுவினாள். நாணத்தினால் அவளால் அவரைக் கண்ணெடுத்துப் பார்க்க முடியவில்லை; அவரிடம் பேசவுமில்லை. தன்னறம் தவறியவளாகத் தன் பிழையைத்

---

[11] அடைப்புக்குறிகளுக்குள் இருப்பவை கங்குலியில் இல்லாதவையாகும்; வேறு பதிப்புகளிலிருந்து எடுத்தாளப்பட்டுள்ளது.

தெரிந்துகொண்டதனால் அவள் அச்சமுற்றிருந்தாள். அப்போது கண்வர், நாணிக் கொண்டிருந்த சகுந்தலையைக் கண்டு, "நீண்ட ஆயுளுள்ளவளே! வாழை போன்ற தொடைகளையுடையவளே! நீ நாணுகிறாய்; முன் போலவும் இல்லை; நடந்ததைச் சொல்; அச்சப்படாதே" என்று கேட்டார்.

பிறகு, சிறந்த அங்கங்களைக் கொண்டவளும், நுண்ணிய இடையுள்ளவளும், அழகிய புன்னகையுள்ளவளுமான சகுந்தலை, அம்முனிவரின் பாதங்களைக் கழுவி, அவர் களைப்பாறிய பின், அவருக்கு வேண்டிய காய்களையும் கிழங்குகளையும் கொண்டுவந்து வைத்து, அவற்றை அவர் உண்ட பிறகு, அவரது கால்களைப் பிடித்துக் கொண்டு, வெட்கத்துடனும் தழுதழுத்த குரலுடனும், "தந்தையே, இலிலன் மகனாகிய மன்னன் துஷ்யந்தன் இங்கே வந்தார். நற்பேறால் இவ்விடத்திற்கு வந்த அம்மன்னரை நான் எனக்குக் கணவராகத் தேர்ந்தெடுத்தேன். என் கணவர் பெரும் புகழையுடையவர். தந்தையே, அவரிடம் கருணை கொள்வீராக. இதற்கு மேல் நடந்தவற்றை உமது தெய்வீக ஞானத்தால் நீரே அறிவீர். அந்த க்ஷத்திரிய குலம் அச்சமில்லாதிருக்கும்படி கருணை கொள்வீராக" என்றாள்].[12]

அந்தப் பெரும் துறவி, தனது ஆன்ம ஞானத்தால் அனைத்தையும் அறிந்தார். ஞானக்கண் கொண்டு அனைத்தையும் கண்ட அந்தச் சிறப்புவாய்ந்த கண்வர், மகிழ்ச்சியடைந்து, சகுந்தலையிடம், "இனிமையானவளே, எனக்காகக் காத்திராமல் ரகசியமாக இன்று நீ என்ன செய்தாயோ, அதனால் உனது நல்லொழுக்கத்துக்கு இழுக்கில்லை.

"புலன் ஆசை கொண்ட ஆணும், விருப்பமுள்ள பெண்ணும் எந்த மந்திரமும் இல்லாமல் காந்தர்வ முறைப்படி சேர்வது க்ஷத்திரியர்களுக்குச் சிறந்த நடைமுறையே. மனிதர்களில் சிறந்தவனான அந்த துஷ்யந்தன், உயர் ஆன்மா

---

12 அடைப்புக்குறிகளுக்குள் இருப்பவை கங்குலியில் இல்லாதவையாகும்; வேறு பதிப்புகளிலிருந்து எடுத்தாளப்பட்டுள்ளது.

கொண்டவனும் அறம் சார்ந்தவனுமாவான். சகுந்தலையே, நீ அவனைக் கணவனாக ஏற்றுக்கொண்டாய்.

"உனக்குப் பிறக்கப் போகும் மகன் இந்த உலகில் பெரும் பலம் வாய்ந்தவனாகவும், சிறப்பு வாய்ந்தவனாகவும் இருப்பான். அவன் கடல் மீதும் ஆதிக்கம் செலுத்துவான். அந்தச் சிறப்பு வாய்ந்த மன்னர்களுக்கு மன்னனான உன் மகன் தனது படைகளுடன் எதிரிகளிடம் சென்றால் அது தாங்கமுடியாததாக இருக்கும்" என்றார்.

சகுந்தலை, "என்னால் கணவராக ஏற்றுக்கொள்ளப்பட்ட துஷ்யந்தருக்கும் அவரது அமைச்சர்களுக்கும் நீர், உமது கருணையால் அருள வேண்டும்" என்றாள்.

அதற்குக் கண்வர், "அழகான நிறம் கொண்டவளே, உனக்காகவே நான் துஷ்யந்தனுக்கு அருள் வழங்குவேன். அருளப்பட்டவளே, என்னிடமிருந்து நீ ஆசைப்படும் ஒரு வரத்தைப் பெற்றுக் கொள்வாயாக" என்றார்.

சகுந்தலை, துஷ்யந்தனுக்கு அனுகூலமாக இருக்க ஆசைப்பட்டுப் பௌரவ குல ஏகாதிபதிகள் எப்போதும் அறம் வழுவாமல், தங்கள் அரியணையை இழக்காமல் இருக்க வேண்டும் என்ற வரத்தைக் கேட்டாள்.

மாமன்னன் பரதனின் பிறப்பும்! வளர்ச்சியும்!!

துஷ்யந்தன் சகுந்தலைக்குச் சத்தியங்களைச் செய்து கொடுத்து ஆசிரமத்தை விட்டு அகன்றபின், வாழைமரம் போன்று வழவழப்பான தொடைகளைக் கொண்ட அவள் இரவும், பகலும் உறக்கமின்றி, உணவின்றி மன்னனின் தூதர்களான பிராமணர்கள் நால்வகைப் படையுடன் இன்றைக்கோ, நாளைக்கோ, அடுத்தநாளோ வருவார்களென்ற உறுதியுடன் இருந்தாள். இவ்வாறே, நாட்களும், பக்ஷங்களும், மாதங்களும், ருதுக்களும், அயனங்களும், வருடங்களும்

எண்ணப்பட்டு முழுமையாக மூன்று வருடங்கள் கடந்தன]¹³.

பிறகு, அளவிலா சக்தி கொண்ட ஓர் ஆண்பிள்ளையைப் பெற்றெடுத்தாள். [மூன்று வருடங்கள் நிரம்பிய பிறகே, அந்த சகுந்தலை அழகும், கம்பீரமும், நல்ல குணங்களையும் கொண்ட துஷ்யந்தனின் மகனைப் பெற்றாள். அவன் பிறந்தபோது, ஆகாயத்திலிருந்து பூமாரி பொழிந்தது. தேவதுந்துபிகள் முழங்கின. அப்ஸரஸ் கூட்டங்கள் நடனம் செய்தனர்.

இனிமையாகப் பாடுகிற தேவர்களுடன் அங்கே வந்த இந்திரன், "சகுந்தலையே! உன் மகன் ஒப்பற்ற ஏகாதிபதியாகப் போகிறான். இவனுடைய உடற்பலமும் ஆற்றலும், அழகும் பூமியிலுள்ள யாருக்கும் ஒப்பில்லாதவையாக இருக்கும். இவன் தன் செல்வத்தைப் பிராமணர்களுக்கு வழங்கி அளவற்ற பரிசுகளையும் வழங்கி நூறு குதிரை வேள்விகளையும், ராஜசூய வேள்வி முதலான பல்லாயிரம் வேள்விகளையும் செய்யப் போகிறான்" என்று சொன்னான்.

தேவர்களுடைய சொல்லைக் கேட்டவர்களும், கண்வரின் ஆசிரமத்தில் வசிப்பவர்களுமான பெரும் முனிவர்கள் அனைவரும், கண்வரின் மகளை வழிபட்டனர். சகுந்தலையும் அதைக்கேட்டு மகிழ்வுற்றாள்]¹⁴.

அறம் சார்ந்த மனிதர்களின் முதன்மையான கண்வர், தர்மத்தின்படியான சடங்குகளையெல்லாம் நாளுக்கு நாள் புத்திசாலியாகும் அந்தக் குழந்தைக்குச் செய்வித்தார். அந்த ஆண்பிள்ளை முத்துக்களைப் போன்ற பளபளப்பான பற்களைப் பெற்றிருந்தான். உள்ளங்கையில் அனைத்து அதிர்ஷ்ட ரேகைகளையும் பெற்று, சிங்கத்தை வீழ்த்தும் பலம் பெற்றிருந்தான்.

---

[13] அடைப்புக்குறிகளுக்குள் இருப்பவை கங்குலியில் இல்லாதவையாகும்; வேறு பதிப்புகளிலிருந்து எடுத்தாளப்பட்டுள்ளது.

[14] அடைப்புக்குறிகளுக்குள் இருப்பவை கங்குலியில் இல்லாதவையாகும்; வேறு பதிப்புகளிலிருந்து எடுத்தாளப்பட்டுள்ளது.

அகலமான நெற்றியுடன், அழகு வாய்ந்தவனாகவும், பலம் வாய்ந்தவனாகவும் வளர்ந்தான். அவன் தேவலோகக் குழந்தையைப் போன்ற காந்தியுடன் விளங்கி வேகமாக வளர்ந்தான். [துஷ்யந்தனோ, நினைவிருந்தும் முனிவரிடம் உள்ள அச்சத்தால் உடனே சகுந்தலையை அழைக்கவில்லை. நெடுங்காலத்திற்குப் பிறகும் அந்த முனிவரின் மகளான சகுந்தலையை நினைக்காதிருந்தான். இறுதியாக சகுந்தலையை அவன் மறந்தே போனான்][15].

சகுந்தலையின் குழந்தைக்கு ஆறு வயதானபோது, பெரும் பலம் கொண்ட அவன், [ஆசிரமத்திற்குத் தொல்லை கொடுத்துக் கொண்டிருந்த] சிங்கங்கள், புலிகள், கரடிகள், எருமைகள், யானைகள் ஆகியவற்றை அடக்கிக் கவர்ந்து, அந்த ஆசிரமத்தைச் சுற்றியுள்ள மரங்களில் கட்டி வைத்தான். சில விலங்குகளின் மேல் அமர்ந்து சவாரி செய்து, சில விலங்குகளுடன் சண்டையிட்டு விளையாடி மகிழ்ந்தான்.

[சிங்கக்கூட்டங்களாலும், புலிக்கூட்டங்களாலும் நிறைந்த அவ்வனத்தையே கலக்கினான். பிறகு, எதிரிகளாகிய ராட்சசர்கள் மற்றும் பிசாசங்கள் ஆகியோர் அனைவரையும் குத்துச்சண்டையிற் கொன்று முனிவர்களுக்கு மகிழ்ச்சியை விளைவித்தான். ஒருநாள் பெரும்பலம் கொண்ட ஓர் அசுரன், அப்பிள்ளையினால் அசுரர்கள் கொல்லப்படுவதைப் பொறுத்துக்கொள்ள முடியாமல், அவனைக் கொல்ல நினைத்தான்.

அப்பிள்ளையோ, அவனைச் சிரித்துக் கொண்டே கரங்களினால் தழுவி இறுக்கினான். கசக்கப்பட்ட அவ்வசுரன், அந்தப் பிள்ளை அதிக பலம் கொண்டவனாக இருப்பதால் அவனிடமிருந்து தப்ப முயன்றும் முடியாமல் பயங்கரமாக அலறினான். அவனுடைய வாய், மூக்கு முதலிய துளைகளிலிருந்து இரத்தம் வழிந்தது. அவனுடைய

---

[15] அடைப்புக்குறிகளுக்குள் இருப்பவை கங்குலியில் இல்லாதவையாகும்; வேறு பதிப்புகளிலிருந்து எடுத்தாளப்பட்டுள்ளது.

முழக்கத்தால் மான்கள், சிங்கங்கள் முதலியவை மருந்து மலமும் சிறுநீரும் கழித்தன. அசிரமத்திலிருப்பவர்கள் விரைந்து ஓடிவந்தார்கள்.

அப்பிள்ளை அந்த அசுரனை முழங்காலால் முட்டி அவனது உயிரை எடுத்தான். அந்த அசுரனும் மாண்டான். அந்தக் குழந்தையின் இச்செய்கையைக் கண்டு அனைவரும் வியப்புற்றனர். அசுரர்களும் ராட்சசர்களும் அந்தப்பிள்ளையிடம் இருந்த அச்சத்தினால் அந்த ஆசிரமத்தின் அருகில் செல்வதேயில்லை][16].

கண்வரின் ஆசிரமத்தில் வசிப்பவர்கள் அந்தக் குழந்தைக்கு ஒரு பெயரைச் சூட்டினர். அவர்கள் "இவன் எந்தப் பலம் மிகுந்த விலங்கையும் கட்டிப்போட்டு அடக்கி வைப்பதால் சர்வதமனன் என்று அழைக்கப்படுவான்" என்று சொன்னார்கள். இவ்வாறே வீரமும் சக்தியும் பலமும் கொண்டதால் அந்தப் பிள்ளைக்குச் சர்வதமனன் என்ற பெயர் சூட்டப்பட்டது.

[சர்வதமனன் பனிரெண்டு வயதையடைந்தபோது, ஆயுதப்பயிற்சியும் வேதங்களும் அவனுக்குக் கற்பிக்கப்பட்டன. துஷ்யந்தன், தன் மனைவியான சகுந்தலையையும் மகனையும் அழைக்காமலிருந்தபோது, வெண்ணிறம் படர்ந்த உடலுடன், கவலையில் மூழ்கி, தலைமுடி கலைந்து, கவலைப்பட்டுக்கொண்டு, இளைத்துப் போய், அழுக்கடைந்த ஆடையுடன் இருந்த சகுந்தலையைக் கண்டு கண்வர் சிந்தித்தார்.

---

16 அடைப்புக்குறிகளுக்குள் இருப்பவை கங்குலியில் இல்லாதவையாகும்; வேறு பதிப்புகளிலிருந்து எடுத்தாளப்பட்டுள்ளது.

சகுந்தலையை துஷ்யந்தனிடம் அனுப்பிய கண்வர்

பிரம்ம முனிவரான அந்தக் கண்வர், [சர்வதமனனையும், மனிதர்கள் செய்ய முடியாத இயல்புக்குமீறிய அவன் செயல்களையும் கண்டு, இவன் இளவரசனாவதற்கு இதுவே தருணமென்று நினைத்து சகுந்தலையை அழைத்து, "இனிய பெண்ணே! அழகான சிரிப்பைக் கொண்டவளே! நான் சொல்வதைக் கேள். கற்புடைய பெண்களுக்கு, மனத்தாலும் சொல்லாலும் செய்கையாலும் கணவனுக்குப் பணிவிடை செய்வதே முதன்மையானது எனச் சொல்லப்படுகிறது.

"முன்பே நான் உன் திருமணத்தை அங்கீகரித்திருக்கிறேன். உன் கற்பினால்

புண்ணிய உலகங்களை அடைந்து, முடிவில் முனிதர்களின் உலகத்தில் சிறந்த செல்வங்களை அடைவாய். அன்பானவளே! இப்போது நீ துஷ்யந்தனிடம் செல்ல வேண்டும். அழகான முகமலர்ச்சி கொண்டவளே! உனக்குக் குறித்த காலம் கடந்ததாக நினைத்து அம்மன்னன் தானாக வராமல் இருக்கிறான்.

"உன்னுடைய நன்மையின் பொருட்டு நீயே அம்மன்னனிடம் போய் அவனை மகிழ்ச்சியில் ஆழ்த்துவாயாக. துஷ்யந்தனின் மகனான சர்வதமனன் இளவரசனாவதைக் கண்டு மகிழ்வாயாக. தேவர்களிடமும் பெரியோர்களிடமும் அரசர்களிடமும் கணவர்களிடமும் தானே செல்வதே யாவருக்கும் மிகுந்த நன்மையாகும்" என்றார்.

கண்வர் தன் மகளிடம் இவ்வாறு சொன்ன பிறகு, பூரு குரத்தைச் சேர்ந்தவனாகிய தம் பேரனையும் அழைத்து ஆரத்தழுவிக் கொண்டு, உச்சிமுகர்ந்து, "துஷ்யந்தன் என்ற பெயர் கொண்ட சந்திரகுல மன்னன் ஒருவன் இருக்கிறான். தூய நோன்புள்ள உனது அன்னை அவனுடைய பட்டத்தரசியாவாள். அழகான இடை கொண்ட இவள், கணவனிடம் செல்ல விரும்புகிறாள். நீ அம்மன்னனிடம் சென்று, அவனை வணங்கி, இளவரசனாகப் போகிறாய்.

"உன் தந்தை அரசர்க்கரசனாவான். நீ அவனுக்கு உட்பட்டிருப்பாயாக. உன் தந்தையின் பாட்டன் வழியாக வந்த நாட்டை இயற்கையாகவே நீ அடைவாய். பூரு குலத்தோனே, நீ உன் நாட்டிலிருந்துகொண்டு என்னை நினைப்பாயாக" என்றார்.

சர்வதமனன், "பிரம்மமுனிவரே! எனக்குத் தந்தையும் நீரே; தாயும் நீரே; பாதுகாவலரும் நீரே; பெருந்தவமுள்ளவரே! உம்மைத்தவிர வேறு எவரையும் நான் தந்தையாக நினைக்கவில்லை. உமக்குப் பணிவிடை செய்வதுதான் இம்மையிலும் மறுமையிலும் எனக்குப் புண்ணியத்தைத் தரும்.

"கணவனிடம் அன்பு வைத்திருக்கும் என் அன்னை, அவள் விருப்பத்தின்படியே செல்லட்டும். நான் உங்கள் பாதத்தினடியிற் பணிவிடை செய்து கொண்டிருப்பேன். முன்பு போல நான் காட்டுவிலங்குகளுடன் விளையாட

மாட்டேன். உமது கட்டளைக்கிணங்கி எப்போதும் வேதம் ஓதுவேன்” என்றான்.

இவ்வாறு சொன்ன தன் மகனின் சொல்லைக் கேட்டு சகுந்தலை கண்ணீர்விட்டாள். தந்தையிடமும் மகனிடமும் கொண்ட அன்பினால் மகிழ்ச்சியும், வேதனையும் அடைந்தாள். துயருடன் கண்ணீர் விடுகிற அவளை நோக்கி துஷ்யந்தன் மகனான சர்வதமனன், “அம்மா, பெரும் முனிவரான கண்வரின் சொல்லைக் கேட்டபிறகும் நீ ஏன் அழுகிறாய்? உனக்குக் கணவரிடம் அன்பிருக்குமானால் காலையிலெழுந்து செல்வாயாக” என்றான்.

சகுந்தலை, “ஒருவன் பாவம் செய்வதால், வெகுமக்கள் அதன் பலனை அடைகிறார்கள். எப்போதும் நான் தடுத்தும், நீ என் சொல்லைக் கேட்டுச் செயல்படுவதில்லை. குழந்தாய்! பூரு குலத்தோனே! வெளியில் வந்த யானைகளை உன் கரங்களால் எப்போதும் கசக்கியும், சிங்கங்களும், புலிக்கூட்டங்களும் நிறைந்த வனத்தை எப்போதும் கலக்கியும், இன்னும் பல செயல்களைச் செய்தும் அனைத்தையும் அறிந்த இம்முனிவருக்கு நீ கோபமுண்டாக்கினாய்.

“எனவே தான் நாம் இங்கிருந்து அனுப்பப்படுகிறோம். நான் மன்னரிடம் செல்லப் போவதில்லை. ஆத்மஞானம் கொண்ட இந்தப் பெருமுனிவரின் பாதத்தின் அடியிலேயே இருக்கப் போகிறேன்” என்று சொல்லி அழுதுகொண்டே அம்முனிவரின் கால்களில் விழுந்தாள்.

இவ்வாறு அழுத சகுந்தலைக்கு நீதியையுரைத்து, நன்மையான சொற்களைச் சொன்ன கண்வர், “மகளே! உனக்கு நன்மைக்காகவும், நீதிக்காகவும் நான் சொல்வதைக் கேட்பாயாக. கற்புடைய பெண்ணுக்கு உரிய குணங்களை விட்டு நீ செய்வதற்கொன்றுமில்லை. தேவர்கள், கற்புடையவர்களிடம் மகிழ்ச்சி கொண்டு வரங்களனைத்தையும் கொடுத்து, அருள் புரிந்து, சிரமங்களை விலக்குவார்கள். கணவனின் அருளால் கற்புடையவர்கள் புண்ணியத்தையே அடைவார்கள். பாவத்தை அடையமாட்டார்கள். மலர்ந்த முகத்தைக் கொண்டவளே, நீ சென்று மன்னனுக்குப் பணிவிடை செய்வாயாக” என்றார்.

சகுந்தலையிடம் இவ்வாறு சொன்ன அவர், தன் பேரனான சர்வதமனனிடம், “குழந்தாய், நீ எனது மகளின் மகனானதால் எனக்குத் தௌஹித்ரனாவாய்; பெரும் ஆன்மா கொண்ட இலிலனுடைய மகனின் மகனானதால் அவனுக்கு பௌத்ரனாவாய். குற்றமற்றவனே! உனக்கு ஓர் உண்மையைச் சொல்கிறேன் கேட்பாயாக. மனத்தினால் கணவனை விரும்பும் இந்த அழகிய சகுந்தலை, சொல்லால் மட்டுமே வேறு வகையில் பேசுகிறாள். எனவே, இவளை துஷ்யந்தனிடம் அழைத்துச் செல்வாயாக. பௌரவனே, நீ முனிவர்களையும் வழித்துணைக்கு அழைத்துச் செல்லலாம்” என்றார்][17].

பிறகு தமது சீடர்களை நோக்கி அவர், “சகுந்தலையையும், அவள் மகனையும், அனைத்து அதிர்ஷ்டக் குறிகளையும் கொண்ட அவளது கணவனான துஷ்யந்தனிடம் தாமதிக்காமல் கொண்டு செல்வீராக. பெண்கள் தன் தந்தைவழி அல்லது தாய்வழி உறவினர்களிடம் வெகுகாலம் வாழக்கூடாது. அப்படித் தங்குவது, அவர்களது நற்பெயருக்கும் நன்னடத்தைக்கும் அறத்துக்கும் களங்கத்தை ஏற்படுத்தும். அதனால் தாமதிக்காமல் உடனே சகுந்தலையை இங்கிருந்து அழைத்துச் செல்லுங்கள்” என்றார்.

சகுந்தலை, தன் தந்தையான கண்வரைக் கரங்கூப்பிவணங்கி, அவரை வலம் வந்து, “தந்தையென்பதால், நான் ஏதும் தெரியாமல் சொல்லியிருந்தாலும், பொய் சொல்லியிருந்தாலும், செய்யத்தகாததையும் உமக்குப் பிடிக்காததையும் செய்திருந்தாலும் என்னை நீர் மன்னிப்பதே உமக்குத் தகும்” என்று சொன்னாள். இவ்வாறு சொல்லப்பட்ட கண்வர் ஒன்றும் சொல்லாமல் தலைகுனிந்து நின்றார். முனிவராயிருந்தாலும் மனிதரே என்ற காரணத்தால் கண்வர் கண்ணீர் சிந்தினார்.

அந்தச் சீடர்கள் முனிவர் கண்வரிடம் விடைபெற்றுக் கொண்டு, யானையின் பெயரைக் கொண்ட நகரத்திற்கு சகுந்தலையையும் அவளது மகனான சர்வதமனனையும்

---

17 அடைப்புக்குறிகளுக்குள் இருப்பவை கங்குலியில் இல்லாதவையாகும்; வேறு பதிப்புகளிலிருந்து எடுத்தாளப்பட்டுள்ளது.

அழைத்துச் சென்றார்கள். அந்த அழகான புருவங்களைக் கொண்ட சகுந்தலை, தேவலோக அழகுடன் கூடியவனும், தாமரை இதழ்களைப் போன்ற கண்களை உடையவனுமான அந்தப் பிள்ளையை அழைத்துக்கொண்டு, தான் துஷ்யந்தனை முதலில் சந்தித்த அந்த வனத்தைவிட்டு அகன்றாள்.

துஷ்யந்தனின் நகருக்குள் நுழைந்த சகுந்தலை

மன்னனைக் காணச் செல்லும் வழியில், சர்வதமனன், வீடுகளையும், அரச இல்லங்களையும், கோவில்களையும், அற்புதமான சபைகளையும் கண்டு ஆச்சரியமடைந்தான்.

நடையினால் அன்னத்தையும் குரலால் குயிலையும் முகத்தால் சந்திரனையும் ஒளியால் லட்சுமியையும் புன்னகையினால் குருக்கத்தி மலரையும் ஒத்திருப்பவளும், கையில் தாமரையில் இல்லாத மலர்மகளைப் போன்றவளும், தாமரை இதழ்களைப் போன்ற கண்களைக் கொண்டவளும், தாமரைப்பூவின் காய், அல்லது உருக்கிய தங்கம் போன்ற நிறம் கொண்டவளுமான

அந்த சகுந்தலையைக் கண்ட மக்கள் அனைவரும், "இவள் கைப்பிடி அளவே இடையையும், அழகிய கூந்தலையும், பருத்த முலைகளையும் கொண்டவளாக இருக்கிறாள். இவளது பின்புறம் அகன்றிருக்கிறது. இவளது தொடைகள் யானையின் துதிக்கைக்கு ஒப்பாக இருக்கிறது. கால்கள் உயர்ந்தும், உள்ளங்கால் சிவந்தும், பூமியில் நன்றாகப் பதிந்தும் இருக்கின்றன. இவள் சொர்க்கத்திலிருந்து வந்தவள் போலிருக்கிறாளே" என்று சொன்னார்கள். துஷ்யந்தனின் நகரத்திலுள்ள மக்களனைவரும் இவ்வாறாகவே நினைத்தனர்.

சர்வதமனனைக் கண்டு, "சிங்கம் போன்ற பார்வையும், சிங்கம் போன்ற பற்களும், சிங்கம் போன்ற தோள்களும், சிங்கம் போன்ற மார்பையும், சிங்கத்திற்கு ஒப்பான பலமும், சிங்கம் போன்ற தீரமும் கொண்டவனும், பருத்த தோள்களை உடையவனும், நீண்ட கைகளையுடையவனும், அகன்ற மார்பைக் கொண்டவனும், குடைவடிவத் தலை கொண்டவனும், வளர்ந்தவனும், உள்ளங்கை மற்றும் உள்ளங்கால் சிவந்தவனும், துந்துபிக்கு ஒப்பான குரலைக் கொண்டவனும், அரசலட்சணங்களைக் கொண்டவனுமான இவன் யாருடைய மகனாக இருக்கக்கூடும்? இவனிடத்தில் ராஜலட்சுமி காணப்படுகிறாள். தோற்றத்தாலும், அழகாலும், உடலாலும், திறனாலும் துஷ்யந்தனுக்கு இணையானவனாக இருக்கிறானே" என்று பேசிக் கொண்டனர்][18].

---

18 அடைப்புக்குறிகளுக்குள் இருப்பவை கங்குலியில் இல்லாதவையாகும்; வேறு பதிப்புகளிலிருந்து எடுத்தாளப்பட்டுள்ளது.

துஷ்யந்தனைக் கடிந்துகொண்ட சகுந்தலை

துஷ்யந்தனிடம் சென்ற பிறகு, சகுந்தலையும், உதயசூரியனின் பிரகாசத்தைக் கொண்ட அவளது பிள்ளை சர்வதமனனும், துஷ்யந்தனுக்கு அறிமுகப்படுத்தப்பட்டார்கள். கண்வ முனிவரின் சீடர்கள் சகுந்தலையை மன்னனிடம் அறிமுகப்படுத்திவிட்டு, ஆசிரமத்திற்குத் திரும்பிச் சென்றார்கள்.

சகுந்தலை, மன்னன் துஷ்யந்தனைச் சரியான முறையில் துதித்து, "மன்னா, இவன் உமது மகனாவான். இவன் உமது வாரிசாக நியமிக்கப்படட்டும். மன்னா! தேவர்களைப் போன்ற இந்தப் பிள்ளையை நீர் என்னிடம் பெற்றீர். எனவே, மனிதர்களில் சிறந்தவரே!

நீர் எனக்கு அளித்த உறுதிமொழியை நிறைவேற்றுவீராக. பெரும் நற்பேறு பெற்றவரே! என்னுடன் கூடுவதற்கு முன்பு கண்வரின் ஆசிரமத்தில் ஏற்பட்ட நமது ஒப்பந்தத்தை நினைவுகூர்வீராக" என்றாள்.

[வேறு பெண்களுடைய போகத்தில் அகப்பட்டுக் கொண்ட மன்னன் துஷ்யந்தனுக்கு சகுந்தலையும் அவள் மகனும் மனத்தினுள்ளே மறைந்தனர். அவன் அவர்களை மறந்தே போனான். அப்போது, மகனுடன் வந்தவளும், புன்னகையுடன் கூடியவளுமான சகுந்தலையை நினைவுகூர்ந்து உள்ளன்புடன் நெடுநேரம் மகிழ்ந்திருந்தான்] [19].

சகுந்தலையின் சொல்லைக் கேட்டு நினைவையடைந்தும் அம்மன்னன் துஷ்யந்தன், "எனக்கு எதுவும் நினைவுக்கு வரவில்லை. துறவுக் கோலத்தில் இருக்கும் தீய பெண்ணே! நீ யார்? தர்மம் {அறம்}, காமம் {இன்பம்}, அர்த்தம் {பொருள்} ஆகிய செய்கைகளில் எதிலும் உன்னுடனான தொடர்பு எனக்கு இருப்பதாக நினைவில்லையே. செல், அல்லது இரு, அல்லது நீ என்ன விருப்பப்படுகிறாயோ அதைச் செய்வாயாக" என்றான்.

துஷ்யந்தனால் இப்படிச் சொல்லப்பட்டதும், அந்த அழகான நிறம் கொண்ட அப்பாவி சகுந்தலை அதிர்ச்சியடைந்தாள். துன்பம் அவளின் நினைவை இழக்க வைத்தது. சிறிது நேரம் அவள் ஒரு மரக்கட்டை போல் நின்றாள். இருப்பினும், விரைவாக சகுந்தலையின் கண்கள் தாமிரத்தைப் போன்று சிவந்தன, உதடுகள் துடிக்கத் தொடங்கின.

அவ்வப்போது மன்னன் துஷ்யந்தனின் மேல் படும் அவளின்பார்வை, அவனை எரிப்பதாகத் தெரிந்தது. தன்னுள் எழும் கோபத்தையும், துறவின் நெருப்பையும், இயல்புக்குமீறிய முயற்சியால் தனக்குள்ளேயே கட்டுப்படுத்தினாள். சிறிது நேரம் தனது நினைவுகளைக் கூர்மைப்படுத்தினாள்.

---

19 அடைப்புக்குறிகளுக்குள் இருப்பவை கங்குலியில் இல்லாதவையாகும்; வேறு பதிப்புகளிலிருந்து எடுத்தாளப்பட்டுள்ளது.

அவளது இதயம் துன்பத்திலும் கோபத்திலும் உழன்றது, அவள் கோபத்தால் தனது தலைவன் துஷ்யந்தனைப் பார்த்து, "ஏகாதிபதியே! அனைத்தையும் அறிந்தும், இழிவான ஒரு மனிதன் போல, எதையும் அறிந்ததில்லை என்று உம்மால் எப்படிச் சொல்ல முடிகிறது?

"இக்காரியத்தில் உள்ள உண்மைக்கோ பொய்மைக்கோ உமது இதயமே சாட்சியாகும். எனவே, உம்மைத் தாழ்த்திக்கொள்ளாமல், உண்மையைப் பேசுவீராக. தனது உண்மை நிலையை விட்டு, வேறொரு நிலையில் தானிருப்பதாக மற்றவர்களுக்குக் காட்டிக்கொள்ளும் ஒருவன், திருடனும், தன்னைத் தானே களவாடிக்கொள்ளும் கள்வனுமாவான். அவன் என்ன பாவம்தான் செய்ய மாட்டான்?

"உமது செயலை நீர் மட்டுமே அறிந்திருப்பதாக நினைக்கிறீர். ஆனால், உமது இதயத்தில் குடியிருக்கும் அளவற்ற ஞானம் கொண்ட அந்தப் பழமையானவனை நீர் அறியமாட்டீரா? உமது பாவங்கள் அனைத்தையும் அவன் அறிவான். நீர் அவன் முன்னிலையிலேயே பாவம் இழைக்கிறீர்.

"பாவத்தைச் செய்யும் ஒருவன், யாரும் தன்னைக் காணவில்லை என்று நினைக்கிறான். ஆனால், அவன் தேவர்களாலும், ஒவ்வொருவரின் இதயத்தில் இருக்கும் தெய்வத்தாலும் பார்க்கப்படுகிறான். சூரியன், சந்திரன், காற்று, நெருப்பு, பூமி, ஆகாயம், இதயம், யமன், பகல், இரவு, இரவும் பகலும் சந்திக்கும் இரு சந்தி வேளைகள், தர்மம் ஆகியன அனைத்தும் மனிதனின் செயல்களுக்குச் சாட்சியாக இருப்பனவாகும்.

"அனைத்துச் செயல்களுக்கும் சாட்சியாக ஒருவனுக்குள் இருக்கும் நாராயணன், அவன் செய்யும் செயல்களில் மனநிறைவுடனிருந்தால், அவனது செயல்களுக்கான பாவங்களைச் சூரியனின் மகனான யமன் கணக்கில் எடுத்துக்கொள்ளமாட்டான். ஆனால் எவனிடம் நாராயணன் நிறைவுகொள்ளவில்லையோ, அவனை யமன் அவனது பாவங்களுக்காகத் துன்புறுத்தி சித்திரவதை செய்வான்.

"தன்னைப் பொய்யாகக் காட்டிக்கொண்டு, தன் தரத்தைத் தாழ்த்திக்கொள்பவனுக்குத் தேவர்கள் ஒருபோதும் அருள்வதில்லை. அப்படிப்பட்டவனை அவனது சொந்த ஆன்மா கூட வாழ்த்தாது.

"நான் என் கணவரிடம் அர்ப்பணிப்புள்ள மனைவியாவேன். எனது சொந்த விருப்பத்தின் பேரிலேயே நான் வந்தேன் என்பது உண்மையே. அதன்பொருட்டு என்னை அவமதியாதீர். உமது மனைவியான நான், மரியாதையாக நடத்தப்படத் தகுந்தவள். நான் எனது சொந்த விருப்பத்தின் பேரில் உம்மை நாடி வந்ததால், என்னை மனைவியாக மதிக்கவில்லையா?

"பலபேர் முன்னிலையில், என்னைச் சாதாரணப் பெண்ணைப் போல ஏன் நடத்துகிறீர்? நிச்சயம் நான் காட்டில் அழவே இல்லை. நான் சொல்வதை நீர் கேட்கமாட்டீரா? ஆனால், நான் வேண்டிக் கேட்பதை நீர் மறுதலித்தால், துஷ்யந்தரே, உமது தலை இந்த நொடியில் நூறு துண்டுகளாக வெடித்துச் சிதறட்டும்!

"ஒரு கணவன் தனது மனைவியின் கருவறைக்குள் நுழைந்து, தானே மகனாகப் பிறக்கிறான். எனவே, வேதங்களின்படி ஒரு மனைவி ஜெயா {ஜாயை} என்று அழைக்கப்படுகிறாள். வேத மந்திரங்களை அறிந்த ஞானிகளுக்குப் பிறக்கும் மகன், வீழ்ந்து கிடக்கும் தங்கள் மூதாதையர்களின் ஆவிகளை மீட்க உதவுகிறான். அப்படிப் பிறக்கும் மகன், "புத்" எனும் நரகத்தில் விழவேண்டிய தனது மூதாதையர்களை மீட்பதால், புத்திரன் என்று தான்தோன்றியான பிரம்மனால் அழைக்கப்படுகிறான்.

"ஒருவன் தன் மகனால் மூன்று உலகங்களையும் கைப்பற்றுகிறான். ஒரு மகனின் மகனால் {பேரனால்}, அழிவில்லா நிலையை அடைகிறான். ஒரு பேரனின் மகனால், பெருந்தகப்பன்களும், முப்பாட்டன்களும் முடிவில்லா நீடித்த மகிழ்ச்சியை அடைகிறார்கள்.

"வீட்டுக் காரியங்களைக் கவனிப்பதில் திறன் நிறைந்தவளே உண்மையான மனைவி. ஒரு மகனைப் பெற்றுக் கொடுத்தவளே உண்மையான மனைவி. தனது தலைவனுக்கு அர்ப்பணிப்புடன் இருப்பவளே உண்மையான மனைவி.

தனது தலைவனைத் தவிர வேறு யாரையும் அறியாதவளே உண்மையான மனைவி.

"ஒரு மனைவி என்பவள் ஒரு மனிதனின் பாதியாவாள். நண்பர்களில் மனைவியே முதன்மையானவள். மனைவியே, ஒருவனது அறம், பொருள் மற்றும் இன்பம் ஆகியவற்றுக்குக் காரணமாக இருப்பவள். முக்திக்கும் அவளே காரணமாவாள்.

"மனைவிகளை உடையவர்களே அறச் செயல்களைச் செய்ய முடியும். மனைவிகள் உள்ளவர்களே இல்லற வாழ்வு வாழ முடியும். மனைவிகளை உடையவர்களுக்கே மகிழ்ச்சியாக இருக்கக் காரணங்கள் இருக்கும்.

"மனைவிகளை உடையவர்களே நற்பேற்றை அடைய முடியும். இனிமையாகப் பேசும் மனைவியர், மகிழ்ச்சியான தருணங்களில் நண்பர்களாக இருக்கிறார்கள். அறச்செயல்களில் ஈடுபடும்போது அவர்கள் தந்தையாக இருக்கிறார்கள்.

"துன்பத்திலும், நோயிலும் அவர்கள் தாயாக இருக்கிறார்கள். ஆழ்ந்த கானகத்திற்குள் பயணிக்கும் ஒருவனுக்கும் மனைவியானவளே புத்துணர்ச்சியும் ஆறுதலுமாவாள். மனைவியை உடைய ஒருவன் எல்லோராலும் நம்பப்படுகிறான். எனவே, ஒரு மனைவி என்பவள் ஒருவனது மதிப்புமிக்கச் சொத்தாவாள்.

"கணவன் இந்த உலகை விட்டு யமனின் உலகத்திற்குச் சென்றாலும், ஓர் அர்ப்பணிப்புள்ள மனைவி மட்டுமே அவனுக்குத் துணையாக அங்கே செல்வாள். அவனுக்கு முன்பே அங்கு செல்லும் மனைவி அவள் தன் கணவனுக்காகக் காத்திருப்பாள்.

"கணவன் முன்சென்றாலோ, கற்புடைய மனைவி, மிக விரைவாக அவனைப் பின்தொடருகிறாள். மன்னா! இந்தக் காரணங்களுக்காகவே திருமணம் என்பது இவ்வுலகில் நிலைத்திருக்கிறது. கணவன், மனைவியின் துணையால் இவ்வுலகிலும் பரவுலகிலும் மகிழ்ச்சியை அடைகிறான்.

"ஒருவன் தானே தனக்கு மகனாகப் பிறக்கிறான் என்று கற்றவர்களால் சொல்லப்படுகிறது. எனவே, மகனைப்

பெற்றுக் கொடுத்த மனைவியை ஒருவன் தனது தாயாகவும் பார்க்க வேண்டும். ஒருவன் தனது மனைவியின் மூலம் பெற்றெடுத்த மகனின் முகத்தைக் காணும் போது, கண்ணாடியில் தன்னைக் காண்பது போல உணர்ந்து, சொர்க்கத்தை அடையும் அறம்சார்ந்த மனிதனைப் போன்ற மகிழ்ச்சியை அடைகிறான்.

"மனத்துயராலும் உடல் நோயாலும் துன்பப்படும் மனிதன், வியர்த்துக் கொண்டிருக்கும் போது குளிர்ந்த நீராடலால் கிடைக்கும் உற்சாகத்தைத் தனது மனைவியின் துணையால் அடைகிறான். மகிழ்ச்சி, இன்பம், அறம் ஆகியன மனைவியாலே கிடைப்பதால், எந்த மனிதனும், தனது மனைவி ஏற்றுக்கொள்ளாத எதையும் செய்யக்கூடாது.

"ஒரு மனைவியானவள், தனது கணவன் மீண்டும் பிறப்பை எடுக்கும் புனிதமான பூமியாகிறாள். முனிவர்களாலும்கூட, ஒரு பெண் இல்லாமல் உயிரினங்களை உருவாக்க முடியாது.

"ஒரு மகன் புழுதியடைந்த உடலுடனிருந்தாலும்கூட, அவன் தன்னை நோக்கி ஓடிவந்து தன் அங்கங்களைக் கட்டிக்கொள்ளும்போது உணர்வதை விட ஒரு தந்தைக்கு வேறு எது பெரிய மகிழ்ச்சியாக இருக்க முடியும்?

"உம்மை அணுகி, உமது மடியின் மேலேறக் குறுகுறுவென்று பார்த்துக்கொண்டிருக்கும் உமது மகனை ஏன் இப்படி யாரோ போல் நடத்துகிறீர்? மெதுவான சந்தனக் குழம்பின் தீண்டல், பெண்களின் தீண்டல், நீரின் தீண்டல் ஆகியன ஒரு மகனை வாரியணைத்துக் கட்டிக்கொள்ளும் இன்பத்துக்கு ஈடாகாது.

"இருகால் உள்ளவைகளில் ஒரு பிராமணன் எவ்வாறு முதன்மையானவனோ, நான்கு கால் உள்ளவைகளில் பசு எவ்வாறு முதன்மையானதோ, பெரியவர்களில் அனைவரைக் காட்டிலும் ஓர் ஆசான் எவ்வாறு முதன்மையானவரோ, அவ்வாறு ஏற்புடைய தீண்டலுக்குரிய அனைத்துப் பொருட்களை விடவும் ஒரு மகனே முதன்மையானவன் ஆவான்.

"எனவே, இந்த அழகான குழந்தை உம்மைத் தீண்டி அணைக்கட்டும். ஒரு மகனின் அணைப்புக்கு ஈடாக இந்த உலகத்தில் இனியது வேறு எதுவும் இல்லை. எதிரிகளைத்

தண்டிப்பவரே! ஏகாதிபதியே! உமது துன்பங்களையெல்லாம் விலக்கவல்ல இந்தப் பிள்ளையை எனது கருவில் மூன்று வருடங்கள் முழுமையாகச் சுமந்து பெற்றிருக்கிறேன்.

"பூருகுலத்து ஏகாதிபதியே, நான் பேறுகால அறையில் இருந்தபோது, 'இவன் நூறு குதிரை வேள்விகளைச் செய்வான்' என்று வானத்திலிருந்து அசரீரி கேட்டது.

"உண்மையில், தங்கள் இல்லங்களிலிருந்து வெகு தூரத்தில் இருக்கும் மனிதர்கள், பிறரின் பிள்ளைகளைத் தங்கள் மடியில் அமர்த்திக்கொண்டு, அவர்களது தலைகளை முகர்ந்து பார்த்து, பெரும் மகிழ்ச்சி அடைகின்றனர். குழந்தை பிறந்ததும் நடத்தப்படும் முதல் சடங்கில்[20], பிராமணர்கள் இந்த மந்திரங்களைச் சொல்வார்கள் என்று உமக்குத் தெரியும்.

"'மகனே! நீ எனது உடல் மூலம் பிறந்தாய்! நீ எனது இதயத்தின் மூலம் பிறந்தாய், நீ எனக்கு மகனாக, மகனின் வடிவில் இருக்கும் நானே ஆவாய். நீ நூறு வருடங்கள் வாழ்வாயாக! எனது வாழ்வு உன்னை நம்பியே இருக்கிறது, எனது குலத்தின் வளர்ச்சி உன்னிடமே இருக்கிறது. எனவே மகனே, நீ மகிழ்ச்சியாக நூறுவருடங்கள் வாழ்வாயாக' என்பதே அம்மந்திரங்கள்.

"இவன் உமது உடலிலிருந்தே முளைத்தவனாவான். இவன் உமது இரண்டாவது வடிவமாவான். தெளிந்த தடாகத்தில் உம் வடிவத்தைக் காண்பது போலவே, உமது மகனிடம் உம்மைக் காண்பீராக. வேள்வி நெருப்பு, வீட்டு நெருப்பால் தூண்டப்படுவதைப் போல, உம்மில் இருந்து இவன் முளைத்தான். நீரே, உம்மை இரண்டாகப் பிரித்துக்

---

20 குழந்தை பிறந்தபின் தொப்புள் கொடி அறுக்கும்பொழுது நிகழ்த்தப்படும் சடங்கு ஜாதகர்மம். பிறந்த குழந்தையின் நாவில், சிறிது பொன், நெய், மற்றும் தேன் கலந்த கலவையைத் தந்தை தடவி, இம்மந்திரங்களைச் சொல்வார் மூலத்தில் ஜாதகர்மாணி என இந்தச் சடங்கே சொல்லப்பட்டுள்ளது. அந்த மந்திரங்கள் இதோ, "அங்கத் அங்கத் சம்பவாசி ஹிருதயத் அபிஜெயாஸே, ஆத்மா வை புத்ர நாமாஸி ஸ ஜீவ சரதாஹ் சதம், பொசோ ஹ த்வததீனோ மெ சந்தானம் அபி காகஸ்யன், தஸ்மத் த்வம் ஜீவ மெ வத்ஸ சுசுக்ஷி சரதாம் சதம்"

கொண்டீர். நீர் வேட்டையாடிக் கொண்டிருக்கும்போது, ஒரு மானைத் தேடிவந்து, என்னை அணுகினீர். மன்னா! அப்போது நான் கன்னியாக எனது தந்தையின் ஆசிரமத்தில் வாழ்ந்து வந்தேன்.

"ஊர்வசி, பூர்வசித்தி, சஹஜன்யா, மேனகா, விஸ்வாச்சி, கிரிடச்சி {கிருதாஸி} ஆகியோரே ஆறு முதன்மையான அப்சரஸ்கள் ஆவர். அவர்களிலும், ஒரு பிராமணருக்குப் பிறந்த மேனகையே முதன்மையானவள் ஆவாள். அவள் தேவலோகத்திலிருந்து இறங்கி வந்து, விஷ்வாமித்திரருடன் கலந்து, என்னைப் பெற்றெடுத்தாள்.

"அந்தக் கொண்டாடப்படும் அப்சரஸ் மேனகை, என்னை இமயமலையின் பள்ளத்தாக்கொன்றில் ஈன்றெடுத்தாள். எல்லாப் பாசபந்தங்களையும் துறந்து, நான் யாருக்கோ பிறந்தவள் போல, என்னை அங்கேயே விட்டுவிட்டுச் சென்றுவிட்டாள். பச்சிளம் குழந்தையாக இருக்கும்போதே பெற்றோரால் துறக்கப்பட்ட நான், முற்பிறவியில் என்ன பாவம் செய்தேனோ, இப்போது உம்மாலும் துறக்கப்படுகிறேன்.

"நான் எனது தந்தையிடமே அகதியாகச் செல்லத் தயாராக இருக்கிறேன். ஆனால், உமக்குச் சொந்தமான உமது குழந்தையை நீர் துறக்கக்கூடாது" என்றாள் சகுந்தலை.

துஷ்யந்தன் கேட்ட கேள்வியும் சகுந்தலையின் கண்டிப்பும்!!

இதையெல்லாம் கேட்ட துஷ்யந்தன், "சகுந்தலா! உன்னிடம் இந்த மகனை நான் பெற்றதாக நான் அறியவில்லை. பொதுவாகவே பெண்கள் பொய் பேசுவர். உனது வார்த்தைகளை யார் நம்புவார்கள்?

"எவ்விதப் பாசமும் பந்தமுமற்ற, காமவெறி கொண்ட மேனகையே உனது தாய். தேவர்களுக்குக் காணிக்கையாக்கிய மலர்களை ஒருவன்

கைவிடுவதைப் போலவே அந்த மேனகை உன்னை இமயமலை அடிவாரத்தில் விட்டுச் சென்றாள்.

"க்ஷத்திரிய குலத்தைச் சார்ந்தவரும் காமம் நிறைந்தவருமான விஷ்வாமித்திரரும் கூட, பிராமணராகும் ஆசையில் மயங்கி பந்தபாசம் அற்றிருப்பவர். இருப்பினும் மேனகை அப்சரஸ்களில் முதன்மையானவள், உன் தந்தை விஷ்வாமித்திரரும் முனிவர்களின் முதன்மையானவர்.

"அவர்களின் மகளாயிருந்தும், நீ ஏன் காம வெறி கொண்ட ஒரு பெண்ணைப் போலப் பேசுகிறாய்? உனது வார்த்தைகள் எந்த மதிப்பிற்கும் அருகதையற்றவை. என் முன்னே இவற்றைப் பேச உனக்கு வெட்கமாக இல்லையா? துறவி வேடத்தில் இருக்கும் தீய பெண்ணே! இங்கிருந்து செல்வாயாக.

"அந்த முனிவர்களில் முதன்மையான விஷ்வாமித்திரர் இப்போது எங்கே இருக்கிறார்? அப்சரஸ் மேனகை எங்கே இருக்கிறாள்? கீழ்த்தரமான நீ ஏன் துறவு வேடம் பூண்டிருக்கிறாய்?

"உனது பிள்ளயோ நன்றாக வளர்ந்திருக்கிறான். நீ இவனைச் சிறுவன் என்கிறாய், ஆனால் அவனோ நல்ல பலசாலியாக இருக்கிறான். சால மரத்தைப் போல இவன் எப்படி இவ்வளவு வேகமாக வளர்ந்தான்? உனது பிறப்பே இழிவானது. நீ காமவெறி கொண்ட பெண்போலப் பேசுகிறாய். மேனகையின் காமவெறியில் நீ ஈன்றெடுக்கப்பட்டாய்.

"பெண்துறவி வேடம் பூண்டவளே! என்னிடம் நீ சொல்வதெல்லாம் நான் அறியாதவை. உன்னை எனக்குத் தெரியவில்லை. நீ எங்குச் செல்லவேண்டும் என்று நினைக்கிறாயோ அங்கே செல்வாயாக" என்றான் துஷ்யந்தன்.

சகுந்தலை, "மன்னா! சிறு கடுகளவு இருக்கும் அடுத்தவர்களின் தவறுகளை மட்டும் நீர் பார்க்கிறீர். ஆனால் வில்வக் {பில்வக்} கனியைப் போன்ற உமது பெரும் தவறுகளைக் காண மறுக்கிறீர்.

“மேனகை தேவர்களில் ஒருத்தியாவாள். நிச்சயமாக, தேவர்களில் முதன்மையானவளாக அவள் அறியப்படுகிறாள். எனவே, துஷ்யந்தரே, உமது பிறப்பைவிட எனது பிறப்பு மிக உயர்ந்ததே.

“மன்னா! நீர் பூமியில் நடக்கிறீர், நான் வானத்தில் உலாவுகிறேன். நமக்குள், மேரு மலைக்கும் கடுகு வித்துக்கும் உள்ள வேறுபாட்டைக் காண்பீராக. எனது சக்தியைப் பாரும்.

“மன்னா! நான் நினைத்தால், இந்திரன், குபேரன், யமன் மற்றும் வருணனின் வசிப்பிடங்களுக்குச் செல்ல முடியும். பாவங்களற்றவரே! நான் உம் முன்னிலையில் சொல்வது அனைத்தும் உண்மையே, எந்தத் தீய எண்ணத்தினாலும் இதைச் சொல்லவில்லை.

“நான் சொல்வதனைத்தையும் கேட்ட பிறகு என்னை மன்னிப்பீராக. அழகற்ற ஒருவன், கண்ணாடியில் தனது முகத்தைக் காணும்வரை தன்னை அழகானவனாகவே எண்ணிக் கொள்வான். ஆனால் கண்ணாடியில் தனது அழகற்ற முகத்தைக் கண்ட பிறகே, அவனுக்கும் மற்றவர்களுக்கும் உள்ள வேறுபாட்டை அவன் காண்பான்.

“உண்மையிலேயே அழகாக இருப்பவன், யாரையும் இகழமாட்டான். எப்போதும் தீயவற்றையே விரும்புபவன்தான் வசைபாடுபவனாக இருப்பான். அழகான பூக்கள் நிறைந்த நந்தவனம் இருந்தாலும், பன்றி அழுக்கையும் சகதியையுமே தேடும்.

“அதைப் போல், ஒருவர் பேசும் நல்லதும் அல்லதுமான கருத்துகளில் தீயவற்றையே தீயவர்கள் எடுத்துக் கொள்வர். ஆனால் ஞானமுடையோர், நல்லதும் தீயதும் கலந்த மற்றவர் பேச்சினைக் கேட்டுப் பாலில் கலந்த நீரைத் தவிர்த்து, பாலை மட்டுமே அருந்தும் அன்னத்தைப் போல அந்தப் பேச்சில் உள்ள நல்லவற்றை மட்டுமே ஏற்பர்.

“நேர்மையானவர்களுக்கு, மற்றவர்களை இழித்துப் பேச வலிக்கும். ஆனால், தீயவர்களுக்கோ அப்படிப் பேசுவதில் தான் இன்பமே இருக்கும். நேர்மையானவர்கள் முதிர்ந்தவர்களுக்கு {நல்லோருக்கு} மரியாதை செலுத்துவதில்

எப்போதும் மகிழ்வதைப் போலவே தீயவர்கள் நல்லோரை நிந்திப்பதிலேயே எப்போதும் மகிழ்ச்சி கொள்வர்.

"நேர்மையானவர்கள் மற்றவர்கள் குறையைத் தேடாமல் மகிழ்வுடன் இருப்பர். ஆனால், தீயவர்கள் மற்றவர்களின் குறையைக் கண்டே மகிழ்வர். தீயவர்கள் எப்போதும் நல்லவர்களை இழித்தே பேசுவர். ஆனால், பின்னவர் முன்னவரால் தனக்குத் தீங்கேற்பட்டாலும், தீங்கைச் செய்யார்.

"தீயவர்கள் நேர்மையானவர்களைத் தீயவர்கள் என்று குற்றம் சாட்டுவதைவிடக் கேலிக்கிடமானது இந்த உலகத்தில் வேறு என்ன இருக்க முடியும்? கொடும் விஷங்கொண்ட கோபக்காரப் பாம்புகளைப் போன்ற நாத்திகர்களேகூட, உண்மை மற்றும் அறத்தைக் கடைப்பிடிக்காதவர்களிடம் வெறுப்படையும்போது {ஆத்திக} நம்பிக்கையால் வளர்க்கப்பட்ட நான் எனக்கு என்ன சொல்லிக் கொள்வது?

"ஒருவன் தன் வடிவத்திலேயே ஒரு மகனைப் பெற்றெடுத்து, அவனைத் தன் மகனென்று கருதவில்லையென்றால், அவன் நினைக்கும் உலகத்தை அடைய முடியாது. தேவர்களும் அவனது நற்பேறையும், உடைமைகளையும் அழித்துவிடுவர்.

"ஒரு மகன் ஒரு குலத்தைத் தொடரவைப்பவனாகிறான். அது சிறந்த ஓர் அறச்செயலாகும். எனவே, ஒருவன் தனது மகனைக் கைவிடக்கூடாது என்று பித்ருக்கள் சொல்லியிருக்கின்றனர்.

"தனது மனைவியிடம் தானே பெறும் மகன், மற்றவர்களிடம் இருந்து பெறும் மகன், விலைக்கு வாங்கப்பட்ட மகன், பாசத்தால் வளர்க்கப்படும் மகன், மனைவியைத் தவிர மற்ற பெண்டிரிடம் பெறும் மகன் என ஐந்து வகையான மகன்கள் இருப்பதாக மனு சொல்கிறார்[21].

---

[21] 12 வகைப் புத்திரர்களைப் பற்றிச் சொல்கிறது, மகாபாரதம். தர்மத்தின் விதிகள் ▶ முதல் ஆறு வகை மகன்களை வாரிசுகளாகவும் குடும்ப உறுப்பினர்களாகவும் ஒப்புக்கொள்கின்றன. அடுத்த ஆறு வகை மகன்கள் குடும்ப உறுப்பினர்களாக ஏற்றுக் கொள்ளப்பட்டாலும் வாரிசாக ஏற்றுக்கொள்ளப்படுவதில்லை.

{1} தான் மணந்து கொள்ளும் மனைவியிடம் பெறும் மகன் முதல் வகை

"ஒருவனின் அறத்தையும் சாதனைகளையும் மகன்கள் தாங்கி, அவனது மகிழ்ச்சியை அதிகப்படுத்தி, நரகத்திலிருந்து மூதாதையர்களையும் மீட்கின்றனர். மன்னர்களில் புலியே! நீர் உமது மகனைக் கைவிடலாகாது. எனவே, பூமியின் தலைவரே! ஒரு மகனை மனத்தில் வைத்தால், உண்மை, அறம் ஆகியன உமது மனத்தில் தங்கும்.

"ஏகாதிபதிகளில் சிங்கமே! நீர் இந்த வஞ்சகத்தைச் செய்வது தகாது. ஒரு தடாகத்தை மக்களுக்கு அர்ப்பணிப்பது என்பது நூறு கிணறுகளை அர்ப்பணிப்பதை விடப் புண்ணியமானது. ஒரு வேள்வியைச் செய்வது என்பது ஒரு தடாகத்தை அர்ப்பணிப்பதைவிடப் புண்ணியமானது. ஒரு மகன் என்பவன் ஒரு வேள்வியைச் செய்வதைவிடப் புண்ணியமானவன். உண்மை என்பது நூறு மகன்களைவிடத் தகுதிவாய்ந்தது.

◂ {2} அன்பு நிமித்தமாக திறமைமிகுந்த மனிதர் மூலம் தன் மனைவியிடம் உண்டாகும் மகன் இரண்டாம் வகை,

{3} பணத்தின் நிமித்தமாக ஒருவர் மூலம் தன் மனைவியிடம் உண்டாகும் மகன் மூன்றாம் வகை,

{4} கணவன் இறந்தபிறகு மனைவியால் பெறப்படும் மகன் நான்காவது வகை,

{5} திருமணம் ஆகும் முன்பு மனைவி பெறும் மகன் ஐந்தாவது வகை,

{6} கற்பற்ற மனைவியிடம் பெறும் மகன் ஆறாவது வகை,

{7} சுவீகாரமாகப் பெறப்படும் மகன் ஏழாவது வகை,

{8} சில காரணத்திற்காக பொருள் கொடுத்து வாங்கப்படும் மகன் எட்டாவது வகை,

{9} தானே முன்வந்து மகனாகுபவன் ஒன்பதாம் வகை,

{10} கர்ப்பிணி மணமகளுடன் பெறப்பட்ட மகன் பத்தாவது வகை,

{11} சகோதரன் மகன் பதினோராவது வகை,

{12} தாழ்ந்த சாதி மனைவியிடம் பெறப்படும் மகன் பனிரெண்டாவது வகை.

இங்கு சகுந்தலை குறிப்பிடுவது 1,2,3,5,6 ஆகிய ஐந்து வகை மகன்களைப் பற்றி. இது ஆதிபர்வம் 120ம் பகுதியில் விளக்கமாகச் சொல்லப்படுகிறது.

"ஒருமுறை, நூறு குதிரைவேள்விகள் உண்மையுடன் {சத்தியத்துடன், துலாக்கோலில்} நிறுத்திப் பார்க்கப்பட்டது. நூறு குதிரை வேள்விகளைவிட உண்மையே கனம் மிக்கதாக இருந்தது. மன்னா! உண்மை என்பது முழு வேதங்களுக்கும், அனைத்துப் புண்ணிய இடங்களில் நீராடியதற்கும் சமம் என்று நான் கருதுகிறேன்.

"உண்மைக்கு நிகரான வேறு எந்த அறமும் இல்லை. உண்மையைவிட உயர்ந்தது எதுவுமில்லை. மன்னா! உண்மையே தெய்வமாகும். உண்மையே உயர்ந்த நோன்பும் தவமுமாகும். எனவே உமது உண்மையை {சத்தியத்தை} மீறாதீர், ஏகாதிபதியே! உண்மை உம்மில் ஒருங்கிணைந்திருக்கட்டும்.

"என் வார்த்தைகளுக்கு நீர் மதிப்பளிக்கவில்லையென்றால், எனது விருப்பப்படியே நான் செல்வேன். நிச்சயமாக உமது துணை எனக்குத் தவிர்க்கப்பட வேண்டியதே. இருப்பினும், துஷ்யந்தரே! உமக்குப் பிறகு எனது மகன், மலைகளின் மன்னனால் அலங்கரிக்கப்பட்டதும், நான்கு கடல்களால் சூழப்பட்டதுமான இந்தப் பூமியை ஆள்வான்" என்றாள் சகுந்தலை.

சகுந்தலை, அந்த ஏகாதிபதியிடம் இவ்வாறு சொல்லிவிட்டு, அவனது முன்னிலையிலிருந்து அகன்றாள். சகுந்தலை அகன்றதும், புரோகிதர்களுடனும் குருக்களுடனும் அமைச்சர்களுடன் அமர்ந்திருந்த துஷ்யந்தனிடம், வானத்திலிருந்து காணமுடியாத வடிவங்கொண்ட ஓர் அசரீரி பேசியது. அந்தக் குரல், "தாயென்பவள் சதையைத் தாங்கும் உறையே {தோற்பையே}, தகப்பனால் உண்டான மகன், அந்தத் தகப்பனே ஆவான். எனவே, துஷ்யந்தா! உன் மகனை ஏற்றுக்கொள்வாயாக. சகுந்தலையை அவமதிக்காதே. மனிதர்களில் சிறந்தவனே!

"தனது சொந்த வித்தில் உண்டான மகன், யமனின் இடத்திலிருந்து ஒருவனை மீட்கிறான். நீயே இந்தப் பிள்ளையைப் பெற்றவனாவாய். சகுந்தலை உண்மையையே பேசினாள். ஒரு கணவன், தனது உடலை இரண்டாகப் பிரித்து, தனது மனைவியிடம் பிள்ளையின் வடிவில் தானே பிறக்கிறான். எனவே, துஷ்யந்தா! சகுந்தலைக்குப் பிறந்த உனது மகனை ஏற்றுக் கொள்வாயாக.

"ஏகாதிபதியே! வாழ்ந்து கொண்டிருக்கும் மகனை வஞ்சித்து வாழ்வது என்பது பெரும் தீப்பேறாகும். எனவே, பூரு குலத்தோனே, சகுந்தலைக்குப் பிறந்த உனது உயர் ஆன்ம மகனை ஏற்றுக் கொள்வாயாக.

"எமது வார்த்தையால், நீ இந்தப் பிள்ளையை ஏற்றுக்கொள்வதால், இந்தப் பிள்ளை இது முதல் பரதன் என்று அறியப்படட்டும். பரதனாலுண்டான புகழ் பாரதி எனப்படும். இவனால் இந்தக் குலத்திற்கே பாரதமென்ற பெயர்வரும். இவனுக்குப் பிந்தினவரும் முந்தினவரும் பாரதர்களேயாவார்" என்றது அந்த அசரீரியின் குரல்.

பரதனை ஏற்றுக்கொண்ட துஷ்யந்தன்

தேவலோகவாசிகளின் இவ்வார்த்தைகளைக் கேட்டவனும், பூரு குலத்தோனுமான அந்த ஏகாதிபதி துஷ்யந்தன் மிகவும் மகிழ்ந்து, தனது புரோகிதர்களிடமும் அமைச்சர்களிடமும் இவ்வாறு பேசினான், "தேவதூதரால் சொல்லப்பட்ட வார்த்தைகளைக் கேட்டீரா? இவன் எனது மகன் என்பதை நானே அறிவேன். சகுந்தலையின் சொல்வன்மையை மட்டுமே கொண்டு

இவனை எனது மகனாகக் கொண்டிருந்தேனானால், எனது குடிமக்கள் இது விஷயத்தில் ஐயங்கொண்டிருப்பர். எனது மகனும் பிறப்பால் தூய்மையானவனாகக் கருதப்பட்டிருக்க மாட்டான்" என்றான் துஷ்யந்தன்.

அந்த ஏகாதிபதி துஷ்யந்தன், தனது மகனான பரதனின் தூய்மை தேவதூதர் மூலம் நிறுவப்பட்டதால் மிகவும் மகிழ்ச்சி அடைந்தான். அந்த மகனை மகிழ்ச்சியாக ஏற்றுக்கொண்டான். மன்னன் துஷ்யந்தன் தனது மகனான பரதனுக்குத் தந்தையால் செய்யப்பட வேண்டிய சடங்குகளைச் செய்தான். மன்னன் துஷ்யந்தன் தனது மைந்தன் பரதனின் தலையை முகர்ந்து பார்த்து, அவனைப் பாசத்தோடு அணைத்துக்கொண்டான். பிராமணர்கள் வாழ்த்தினர். கவிஞர்களும் புகழ்ந்தனர்.

அந்த ஏகாதிபதி துஷ்யந்தன் தன் மகன் பரதனின் தீண்டலை மகிழ்ச்சியாக உணர்ந்தான். துஷ்யந்தன் தனது மனைவி சகுந்தலையைப் பாசத்தோடு ஏற்றுக்கொண்டான். அவளிடம் பாசத்தோடு இந்த வார்த்தைகளைச் சொன்னான், "தேவி! உன்னுடனான எனது கலவி தனிமையில் நடந்தது. எனவே, உனது தூய்மையை எவ்வாறு நிறுவுவது என்று நான் சிந்தித்துக் கொண்டிருந்தேன். எனது மக்கள், நாம் காமத்தால் இணைந்த ஜோடியாக நினைப்பார்களேயன்றி, கணவன் மனைவியாக நினைக்கமாட்டார்கள்.

"எனவே, எனது வாரிசாக அமரப்போகும் எனது மைந்தன் பரதனின் பிறப்பு தூய்மையற்றதாகக் கருதப்படும். அன்பானவளே! பெரிய கண்களைக் கொண்டவளே! கோபத்தால் நீ சொன்ன கடுமையான வார்த்தைகளனைத்தையும் நான் மன்னித்தேன். நீயே எனது அன்புக்குரியவளாவாய்" என்றான் துஷ்யந்தன்.

இவ்வாறு தனது அன்பு மனைவியிடம் பேசிய அந்த அரசமுனி துஷ்யந்தன், நறுமணத் திரவியங்களும் உணவும் நீரும் கொடுத்து அந்த சகுந்தலையை ஏற்றுக்கொண்டான்.

[பிறகு தன் தாயாரான ரதந்தரியிடம் அவளையும், அவனது மகனையும் அழைத்துச் சென்று, "புகழ்பெற்ற தாயே! இவன் எனக்கு வனத்தில் பிறந்த மகனாவான். இவனே உன் கவலையைப் போக்குகிறவனுமாவான்.

உன் பேரனால் நான் இப்போது பித்ரு கடனிலிருந்து விடுபட்டேன். இவள் விஷ்வாமித்ரரின் மகளாவாள். கண்வ முனிவரால் வளர்க்கப்பட்ட இவள் உன் மருமகளாவாள். நற்பேறு கொண்டவளே, இந்த சகுந்தலையிடம் கருணை கொள்வாயாக" என்றான். அந்த ரதந்தரி, தன் மகனான துஷ்யந்தன் சொன்னதைக் கேட்டுப் பேரனைத் தழுவிக்கொண்டாள். கால்களில் விழுந்த சகுந்தலையைக் கைகளாலணைத்து ஆனந்தக் கண்ணீரைச் சொரிந்தாள்.

அந்த ரதந்தரி சகுந்தலையைக் கண்டு, "நீ சொன்னது சத்தியம். நீ சொன்னது உண்மையே. துஷ்யந்தனுடைய தோற்றத்தை இந்தக் குழந்தையினிடம் நான் பார்க்கிறேன். அகன்ற கண்களையுடையவளே! உன் மகன் பேரரசனாகப் போகிறான். உன் கணவனோ மூன்று உலகங்களையும் வெல்பவனாவான். பெண்ணரசியே! நீ உயர்ந்த போகங்களை அனுபவிப்பாயாக" என்றாள். இவ்வாறு ரதந்தரியினால் சொல்லப்பட்ட சகுந்தலை பெருமகிழ்ச்சியடைந்தாள்]22.

அந்த மன்னன் துஷ்யந்தன், தனது பிள்ளைக்குப் பரதன் என்று பெயரிட்டுத் தனது வாரிசாக, இளவரசனாக நியமித்தான். [பரதனிடம் அரச பாரத்தை ஒப்படைத்து, நூறு வருடங்கள் ஆட்சிபுரிந்த துஷ்யந்தன், இறுதியில் வனத்திற்குச் சென்று சொர்க்கத்தை அடைந்தான்]23.

பரதனின் புகழ்வாய்ந்த பிரகாசமான தேர்ச் சக்கரங்கள், தேவர்களின் தேர்ச் சக்கரங்களைப் போல வெல்ல முடியாதவையாக, சட சட என்ற ஒலியைத் தொடர்ந்து உலகம் முழுவதும் எழுப்பிக்கொண்டேயிருந்தன.

துஷ்யந்தனின் மைந்தனான பரதன் பூமியின் மன்னர்கள் அனைவரையும் தனது ஆளுகையின் கீழ் கொண்டுவந்தான். அவன் தன் குடிகளை அறம்சார்ந்து ஆண்டுப் பெரும் புகழ் அடைந்தான்.

---

22 அடைப்புக்குறிகளுக்குள் இருப்பவை கங்குலியில் இல்லாதவையாகும்; வேறு பதிப்புகளிலிருந்து எடுத்தாளப்பட்டுள்ளது.

23 அடைப்புக்குறிகளுக்குள் இருப்பவை கங்குலியில் இல்லாதவையாகும்; வேறு பதிப்புகளிலிருந்து எடுத்தாளப்பட்டுள்ளது.

அந்தப் பெரும் பலம் வாய்ந்த ஏகாதிபதி, சக்கரவர்த்தி மற்றும் சர்வபௌமன் என்ற பட்டங்களாலும் பெயர்களாலும் அறியப்பட்டான். மருத்துகளின் தலைவனான சக்ரனைப் போல அவன் பல வேள்விகளைச் செய்தான்.

பிராமணர்களுக்குப் பெரும் கொடை அளிக்கப்பட்ட அந்த வேள்விகள் அனைத்திற்கும் கண்வ முனிவர் தலைமைப் புரோகிதராக இருந்தார். அந்த அருளப்பட்ட ஏகாதிபதி மாடு மற்றும் குதிரை வேள்விகள் ஆகிய இரண்டையும் செய்தான். மேலும் பரதன் புரோகிதர் கூலியாகக் கண்வருக்கு ஆயிரம் தங்கநாணயங்களைக் கொடுத்தான். அந்தப் பரதனே பல பெரும் சாதனைகளைச் செய்தவனாவான். அது முதல், அவனது பெயரைக் கொண்டே அவனது குலம் பரத/ பாரதக் குலமென்று அழைக்கப்படுகிறது.

அவனுக்குப் பின்பு பிறந்த மன்னர்கள் அனைவரும் அவனது பெயரைக்கொண்டே அழைக்கப்பட்டனர். அந்தப் பாரதக் குலத்தில் பிறந்தவர்கள், தேவர்களைப் போன்ற பெரும் சக்திகள் கொண்ட ஏகாதிபதிகளாக இருந்தனர். அவர்கள் அனைவரும் பிரம்மனைப் போல இருந்தனர். அவர்களின் எண்ணிக்கை கணக்கிலடங்காதவையாகும்.

முற்றும்

புத்தக
விற்பனையாளர்களுக்கு...

சுவாசம் புக்ஆர்ட் மூலம் உங்கள் விற்பனையைப் பெருக்கிக் கொள்ள நல்ல வாய்ப்பு..

Swasam Bookart, Chennai.
Phone : 81480 66646

Swasam Bookart
a new solution for Tamil books industry!

* அனைத்துப் பதிப்பகங்களின் புத்தகங்களையும் ஒரே விற்பனையாளரிடம் வாங்க விருப்பமா?
* B to B ல் புதிய சாதனையைப் படைக்கும் எங்களுடன் கை கோப்பீர்!
* தமிழ்நாடு முழுக்க புத்தக விற்பனையில் புதிய பாய்ச்சலை உண்டாக்க ஒன்றுபடுவோம்.

எங்கள் சிறப்பு என்ன?

* விற்பனையாளர்களுக்கான கழிவு
* அனைத்து பதிப்பகங்களின் புத்தகங்களும் ஒரே இடத்தில், ஒரே பில்லில்.
* தரமான வாடிக்கையாளர் சேவை
* ஷோசியல் மீடியா மூலம் ஆர்டர்.
* போன் மூலமும் ஆர்டர் செய்யும் வசதி

இன்னும் எத்தனையோ. இப்போதே ஆர்டர் செய்யுங்கள். ஒருங்கிணைவோம், வெற்றி பெறுவோம்.